വിജ്ഞാനവർഷം

പുസ്തകം 127

ദേശീയപ്രസ്ഥാനത്തിലെ സൂര്യതേജസ്സുകൾ

Deseeyaprasthanathile Suryathejasukal

T D Velayudhan

CHINTHA PUBLISHERS
Thiruvananthapuram

First Edition
November 2017

Second Impression
February 2022

Published & Typesetting
Chintha Publishers, Thiruvananthapuram

Printed at
Romanson's, Thiruvananthapuram

Cover Design
Ambeesh Kumar

ISBN: 978-93-86637-45-1

CR - VV. 127 / 2576 / 5939

Email: chinthapublishers@gmail.com
Website: www.chinthapublishers.com

A version is available at National Libraries
Kolkata, Mumbai, Chennai and Delhi

Distribution
DESHABHIMANI BOOKHOUSE
H O Thiruvananthapuram 695035

Branch
Head Office Kunnukuzhi • Statue Thiruvananthapuram
KSRTC Bus Terminal Thampanoor • Saphalyam Complex Thiruvananthapuram
KSRTC Bus Station Alappuzha • KSRTC Bus Station Ernakulam
Machingal Lane Thrissur • IG Road Kozhikode
Mavoor Road Kozhikode • NGO Union Building Kannur
Central Bus Terminal Complex Thavakkara Kannur

ദേശീയപ്രസ്ഥാനത്തിലെ സൂര്യതേജസ്സുകൾ

ടി ഡി വേലായുധൻ

ചിന്ത പബ്ലിഷേഴ്സ്
തിരുവനന്തപുരം-695 035

ടി ഡി വേലായുധൻ

1951 ൽ തൃശൂർ ജില്ലയിലെ കുഴിക്കാട്ടുശ്ശേരിയിൽ ജനിച്ചു. അഷ്ടമിച്ചിറ ഗാന്ധി സ്മാരക ഹൈസ്കൂളിൽ നിന്ന് എസ് എസ് എൽ സി, ഇരിങ്ങാലക്കുട ക്രൈസ്റ്റ് കോളേജിൽ നിന്ന് ബി എസ് സി ബിരുദം തൃശൂർ സെന്റ് തോമസ് കോളേജിൽനിന്നും എം എസ് സി ബിരുദം ബോംബെ കല്പിത ഫിഷറീസ് സർവ്വകലാശാലയിൽ (സി ഐ എഫ് ഇ) നിന്നും ഡി എഫ് എസ് സി ബിരുദം.

സംസ്ഥാന ഫിഷറീസ് ഡിപ്പാർട്ട്മെന്റിൽനിന്നും ജോയിന്റ് ഡയറക്ടറായി റിട്ടയർ ചെയ്തു. ജല കൃഷി വികസന ഏജൻസിയുടെ (അഡാക്ക്) എക്സിക്യൂട്ടീവ് ഡയറക്ടറും അച്യുതാനന്ദൻ മന്ത്രിസഭയിൽ ഫിഷറീസ് വകുപ്പു മന്ത്രിയുടെ അഡീഷണൽ പ്രൈവറ്റ് സെക്രട്ടറിയുമായിരുന്നു. പുരോഗമന സാംസ്കാരിക രാഷ്ട്രീയ രംഗങ്ങളിൽ സജീവം. *കേരളത്തിലെ മത്സ്യങ്ങൾ, അലങ്കാര മത്സ്യപരിപാലനം: വിനോദവും വ്യവസായവും, ദേശീയ മത്സ്യങ്ങൾ* എന്നീ ഗ്രന്ഥങ്ങൾ പ്രസിദ്ധീകരിച്ചിട്ടുണ്ട്. ആനുകാലികങ്ങളിൽ ലേഖനങ്ങൾ എഴുതുന്നു. 2015 ൽ വൈജ്ഞാനിക സാഹിത്യത്തിനുള്ള സി കെ ശശിമാസ്റ്റർ സ്മാരക പുരസ്കാരം നേടിയിട്ടുണ്ട്.

വിലാസം : എസ് ആർ എ 1A
സൗപർണികാ ഗാർഡൻസ്
നേതാജി റോഡ്
വട്ടിയൂർക്കാവ്
തിരുവനന്തപുരം 695 013

മൊബൈൽ : 9037968981

ഫോൺ : 0471-2369983

email : tdvelayudhan@gmail.com

ഉള്ളടക്കം

പ്രസാധകക്കുറിപ്പ്

ഒരു ശതാബ്ദത്തിലേറെ നീണ്ടുനിന്ന പോരാട്ടങ്ങൾക്ക് ശേഷമാണ് ഇന്ത്യ ബ്രിട്ടീഷ് കൊളോണിയൽ വാഴ്ചയുടെ നുകം വലിച്ചെറിഞ്ഞ് സ്വാതന്ത്ര്യം നേടിയത്. ഐതിഹാസികമായ ആ സമരപ്രവാഹം ബഹുമുഖ ധാരയായിരുന്നു. ജാലിയൻ വാലാബാഗ് മുതൽ പുന്നപ്ര വയലാർവരെയുള്ള സമരഭൂമികളിൽ അനേകം ധീരയോദ്ധാക്കൾ അധിനിവേശ ശക്തികൾക്കും നാടുവാഴിത്തത്തിനുമെതിരെ പോരാടി ജീവാർപ്പണം നടത്തി. ഇന്ത്യൻ ദേശീയ പ്രസ്ഥാനത്തിന്റെ ചാലക ശക്തിയായി നിർണ്ണായകപങ്കുവഹിച്ച നിരവധി ദേശീയ നേതാക്കളുണ്ട്.

പാരതന്ത്ര്യത്തിന്റെ കൂരിരുട്ടിൽനിന്ന് സ്വാതന്ത്ര്യത്തിന്റെ വെളിച്ചത്തിലേക്ക് നമ്മുടെ മാതൃഭൂമിയെ കൈപിടിച്ചുയർത്തിയ സ്വാതന്ത്ര്യ സമരയോദ്ധാക്കളുടെ സംഭവബഹുലവും ത്യാഗനിർഭരവുമായ ജീവിതത്തെക്കുറിച്ചുള്ള അറിവ് ഒരു മതേതര ജനാധിപത്യ സംസ്കാരം വളർത്തിയെടുക്കുന്നതിന് യുവതലമുറയ്ക്കു പ്രചോദനമാവും.

ലാലാ ലജപത് റായ്, ബാലഗംഗാധര തിലകൻ, ബിപിൻ ചന്ദ്രപാൽ, അരവിന്ദഘോഷ്, സുഭാഷ് ചന്ദ്രബോസ്, ജയപ്രകാശ് നാരായണൻ എന്നിങ്ങനെ ദേശീയപ്രസ്ഥാനത്തിലെ ഉജ്ജ്വലനക്ഷത്രങ്ങളുടെ വിപ്ലവകരവും സാഹസികവുമായ ജീവിതവഴികൾ *ദേശീയപ്രസ്ഥാനത്തിലെ സൂര്യതേജസ്സുകൾ* എന്ന ശീർഷകത്തിൽ വിജ്ഞാനവർഷം സീരിസിൽ ഉൾപ്പെടുത്തി ഞങ്ങൾ പ്രസിദ്ധീകരിക്കുന്നു.

ചിന്ത പബ്ലിഷേഴ്സ്

അവതാരിക

രാജ്യത്തിന്റെ സ്വാതന്ത്ര്യത്തെയും അതിലെ മഹാഭൂരിപക്ഷം വരുന്ന ജനങ്ങളുടെ ഭാവിഭാഗധേയത്തെയും ഇന്ത്യൻ ഭരണാധികാരികൾ പലതരത്തിൽ അപകടത്തിലാക്കിക്കൊണ്ടിരിക്കുന്ന വേളയാണിത്. 'ഭാരതമെന്നപേർകേട്ടാൽ അഭിമാനപൂരിതമാകണമന്തഃരംഗം' എന്ന കവിവചനം നെഞ്ചിലേറ്റി വളർന്നവരാണെങ്കിലും ജനങ്ങളിൽ മഹാഭൂരിപക്ഷം ദരിദ്രരും രോഗികളും നിരക്ഷരരും ആയിക്കഴിയുമ്പോൾ കനത്ത ദുഃഖത്തിന്റെയും നിരാശയുടെയും വികാരമാണ് ഉണ്ടാകുന്നത്. സ്വദേശികളും വിദേശികളുമായ കുത്തകകൾ ജനങ്ങളെ ഞെക്കിപ്പിഴിഞ്ഞും പ്രകൃതിസമ്പത്തുക്കളെ കൊള്ളചെയ്തും വലിയതോതിൽ സ്വത്തുണ്ടാക്കുന്നു. ദുരമൂത്ത അവർ ഭരണാധികാരികളെ പലവിധത്തിൽ സ്വാധീനിച്ച് പൊതുഖജനാവ് പല രീതികളിൽ കൊള്ളയടിക്കുന്നു. ഇതിന് കളമൊരുക്കുന്നതിന് കുത്തകകളും ഭരണാധികാരികളും ചേർന്ന് ഭീമമായ അഴിമതികൾ ചെയ്തുകൂട്ടുന്നു. ഇതെല്ലാം കണ്ടുവളരുന്ന പുതിയ തലമുറയ്ക്ക് രാജ്യത്തിന്റെ ജനാധിപത്യഭരണവ്യവസ്ഥയെക്കുറിച്ച് അഭിമാനബോധത്തിനു പകരം ഒട്ടേറെ ആശങ്കയും അപമാനവും ജനിപ്പിക്കുന്ന രീതിയിലാണ് രാജ്യത്തിന്റെ ഭരണനിർവ്വഹണം നടത്തപ്പെടുന്നത്. മഹാത്മാഗാന്ധിയെയും പണ്ഡിറ്റ് ജവഹർലാൽ നെഹ്റുവിനെപ്പോലുള്ള ദേശീയ പ്രസ്ഥാനത്തിലെ പ്രധാനനേതാക്കൾ നമ്മെ വിട്ടുപിരിഞ്ഞിട്ട് ഏറെ കാലമായിട്ടില്ലെങ്കിലും അവർ ആവിഷ്കരിച്ചു നടപ്പാക്കിയ മതനിരപേക്ഷ സാമൂഹ്യ-രാഷ്ട്രീയ സംസ്കാരവും വ്യക്തിപരമായ സ്വഭാവശുദ്ധിയും പുതിയ തലമുറയ്ക്ക് വിദൂരമായ അനുഭവങ്ങളാണ്. ഇന്നത്തെ ദേശീയ രാഷ്ട്രീയപാർട്ടികളുടെ നേതൃനിരയെ പൊതുവിൽ വീക്ഷിക്കുകയും അവരെക്കുറിച്ച് വായിക്കുകയും പഠിക്കുകയും ചെയ്യുന്ന ജനസാമാന്യത്തിനു

രാഷ്ട്രീയനേതാക്കളെയും പ്രവർത്തകരെയുംകുറിച്ച് അവമതിപ്പ് തോന്നുന്നത് സ്വാഭാവികമാണ്. മാധ്യമങ്ങളും എൻ ജി ഒകളും ചേർന്ന് സൃഷ്ടിച്ചെടുക്കുന്ന ചിന്തകളും നിഗമനങ്ങളുമാകട്ടെ അവരെ രാഷ്ട്രീയത്തിൽനിന്ന് അകറ്റുന്നു. അരാഷ്ട്രീയവാദികളാക്കി അവരെ മാറ്റുന്നു. ഇത് ഇന്ത്യയിലെ ജനാധിപത്യവ്യവസ്ഥയുടെ ഭാസുരമായ ഭാവിക്ക് ഒട്ടും ഗുണകരമല്ല. വിദേശികളും സ്വദേശികളുമായ വൻകിട കോർപ്പറേറ്റ് മുതലാളിമാർ മുതൽ ആൾദൈവങ്ങൾവരെയുള്ളവരെയാണ് മാധ്യമങ്ങളും മറ്റ് വൈതാളികരും ചേർന്ന് സാധാരണ ജനങ്ങൾക്ക് മുമ്പിൽ മാതൃകാവ്യക്തികളും ഭാവിയുടെ വാഗ്ദാനങ്ങളുമായി അവതരിപ്പിക്കുന്നത്. ഇത് ഇന്ത്യയുടെ സാമൂഹ്യ-രാഷ്ട്രീയഭാവിയെ സംബന്ധിച്ചിടത്തോളം ഒട്ടുംതന്നെ ശുഭോദർക്കമല്ല.

ശ്രീ. ടി ഡി വേലായുധൻ *ദേശീയപ്രസ്ഥാനത്തിലെ സൂര്യതേജസ്സുകൾ* എന്ന തലക്കെട്ടിൽ തയ്യാറാക്കിയിട്ടുള്ള ആറു സ്വാതന്ത്ര്യസമരസേനാനികളുടെ ലഘുജീവചരിത്രസംഗ്രഹം വായനക്കാർക്ക് ഇന്ത്യയുടെ ത്യാഗോജ്ജ്വലമായ സ്വാതന്ത്ര്യസമരചരിത്രത്തെയും അക്കാലത്തെ രാഷ്ട്രീയസ്ഥിതിയെയും മറ്റൊരുതരത്തിൽ പുനർവായന നടത്താൻ അവസരം നല്കുന്നു. ഈ ഗ്രന്ഥത്തിലെ ജീവിതകഥകൾ വായനക്കാരിൽ സ്വാതന്ത്ര്യ സമരത്തോടും അതിന് നായകത്വം വഹിച്ച സ്വാതന്ത്ര്യസമരസേനാനികളോടും ആദരവും രാഷ്ട്രീയ പ്രവർത്തനത്തോട് താല്പര്യവും പ്രതീക്ഷാനിർഭരമായ ആഭിമുഖ്യവും വളർത്തുവാൻ പര്യാപ്തമാണ്.

ശ്രീ. വേലായുധൻ തെരഞ്ഞെടുത്ത സ്വാതന്ത്ര്യസമരസേനാനികൾക്കെല്ലാം പൊതുവായ ഒരു സ്വഭാവവിശേഷമുണ്ട്. അവരുടെ രാഷ്ട്രീയ പ്രവർത്തനത്തിന്റെ പ്രാരംഭ ദശയിലെങ്കിലും അന്നത്തെ കാഴ്ചപ്പാടനുസരിച്ച് അവർ കോൺഗ്രസിലെ തീവ്രവാദികളോ ഉല്പതിഷ്ണുക്കളോ ആയ നേതാക്കൾ ആയിരുന്നു.

ലാലാ ലജ്പത് റായ് ഉല്പതിഷ്ണുവായിരുന്നുവെങ്കിലും ജീവിതാവസാനവേളയിൽ വർഗ്ഗീയരാഷ്ട്രീയത്തിന്റെ വക്താവായി മാറി. മദൻമോഹൻ മാളവ്യയുമായി ചേർന്ന് അദ്ദേഹം നാഷണലിസ്റ്റ് പാർട്ടി എന്ന പേരിൽ ഒരു ഹിന്ദുവർഗ്ഗീയ പാർട്ടി രൂപീകരിച്ചിരുന്നു. എന്നാൽ സ്വാതന്ത്ര്യസമരത്തിൽ ആകൃഷ്ടനായി ആവേശപൂർവ്വം കോൺഗ്രസിൽ ചേർന്ന യുവാവായിരുന്ന ലാലാജി ഗോപാലകൃഷ്ണ ഗോഖലെയുടെ മിതവാദത്തോട് യോജിച്ചില്ല. അങ്ങനെ അദ്ദേഹം കോൺഗ്രസിലെ തീവ്രദേശീയവാദിയായി. പക്ഷേ, അവസാനം അദ്ദേഹം അതെല്ലാം വെടിഞ്ഞ് മതരാഷ്ട്രീയത്തിൽ ഒതുങ്ങുന്ന സ്ഥിതിയുണ്ടായി.

ബിപിൻ ചന്ദ്രപാൽ ആസാംകാരനായിരുന്നു. കോൺഗ്രസ് രാഷ്ട്രീയത്തിൽ തീവ്രനിലപാടുകാരനും മതനിരപേക്ഷവാദിയും ആയിരുന്നു. പക്ഷേ, പിന്നീട് അദ്ദേഹം പത്രപ്രവർത്തനത്തിൽ ശ്രദ്ധ കേന്ദ്രീകരിച്ചു. മികച്ച ഗ്രന്ഥകാരനായിരുന്നു. അങ്ങനെ ഒരുതരത്തിൽ അദ്ദേഹം മിത

വാദിയായി തീർന്നു.

'സ്വാതന്ത്ര്യം എന്റെ ജന്മാവകാശം' എന്ന് വാദിച്ച് ജയിൽശിക്ഷ ഏറ്റുവാങ്ങിയ ബാലഗംഗാധര തിലകൻ, മഹാത്മാഗാന്ധി ഇന്ത്യൻ രാഷ്ട്രീയനഭസ്സിൽ പ്രവേശിക്കുന്നതിനു മുമ്പ് ദേശീയ രാഷ്ട്രീയത്തെ സ്വാതന്ത്ര്യസമരപാതയിലൂടെ ശക്തമായി നയിച്ച പ്രമുഖനേതാക്കളിൽ ഒരാളായിരുന്നു. ഗോപാലകൃഷ്ണഗോഖലെ കോൺഗ്രസിൽ മിതവാദനിലപാടെടുത്തപ്പോൾ, തിലകൻ തീവ്രവാദനിലപാട് കൈക്കൊണ്ടു. മഹാരാഷ്ട്രത്തിൽ ഗണേശപൂജയെ സ്വാതന്ത്ര്യസമരവുമായി ബന്ധപ്പെടുത്തി ജനങ്ങളെ അതിലേക്ക് ആകർഷിക്കുന്നതടക്കം പല പ്രായോഗികനടപടികളും രാഷ്ട്രീയരംഗത്ത് തിലകൻ കൈക്കൊണ്ടിരുന്നു. പില്ക്കാലത്ത് സ്വാതന്ത്ര്യസമരവുമായി ഒരു ബന്ധവുമില്ലാത്ത ഹിന്ദുവർഗ്ഗീയശക്തികൾ ഗണേശപൂജയെ ദുർവ്യാഖ്യാനം ചെയ്തുവരികയാണെന്നത് മറ്റൊരു കാര്യം.

എന്നാൽ, തിലകന്റെ തീവ്രവാദത്തേക്കാൾ ശക്തമായ നിലപാട് സ്വീകരിച്ച് ഒരുവിഭാഗം തീവ്രവാദികൾ തിലകന്റെ അവസാനകാലമായപ്പോഴേക്കും സ്വാതന്ത്ര്യസമരപ്രസ്ഥാനത്തിൽ ഉയർന്നുവന്നു. ഭഗത് സിങ്, ചന്ദ്രശേഖർ ആസാദ്, ബിപിൻ ചന്ദ്രപാൽ, അരവിന്ദഘോഷ് തുടങ്ങിയവരായിരുന്നു അവർ. രാജ്യം സ്വാതന്ത്ര്യം നേടുന്നതിന് തിലകൻ സ്വീകരിച്ച തീവ്രവാദ നിലപാട് മതിയാകുന്നതല്ല എന്നതായിരുന്നു അവരുടെ പക്ഷം. ബ്രിട്ടീഷ് ഭരണാധികാരികൾ അക്കാലത്ത് കൈക്കൊണ്ട ഭീകരമായ അടിച്ചമർത്തലിന്റെ പശ്ചാത്തലത്തിൽ യുവാക്കളായ സ്വാതന്ത്ര്യസമരസേനാനികൾ എത്തിച്ചേർന്ന നിഗമനമായിരുന്നു അത്. ഉല്പതിഷ്ണു നിലപാട് എക്കാലവും ഒരേ രൂപഭാവങ്ങളിൽ ആയിരിക്കണമെന്നില്ല എന്നുള്ളത് സ്പഷ്ടമാണ്. അന്നന്നത്തെ സ്ഥിതിഗതികൾക്കനുസൃതമായി അതിൽ മാറ്റം വന്നുകൊണ്ടിരിക്കും എന്നാണ് തിലകന്റെയും അതിനുശേഷം ഭഗത്സിങ് മുതൽ അരവിന്ദഘോഷ് വരെയുള്ളവരുടെയും നിലപാടുകൾ വ്യക്തമാക്കുന്നത്. ദേശീയനേതാക്കളിൽ ആരുംതന്നെ എല്ലാക്കാലത്തും ഒരേ നിലപാട് സ്വീകരിച്ചവരായിരുന്നില്ല. ലാലാ ലജ്പത് റായ് അവസാനം മതപരമായ നിലപാടിലേക്ക് നീങ്ങിയപ്പോൾ, ഭഗത്സിങ് വധശിക്ഷയ്ക്കു വിധേയനായിരിക്കെ അവസാനകാലത്ത് ജയിലിൽ വച്ച് കമ്യൂണിസ്റ്റ് സോഷ്യലിസ്റ്റ് നിലപാടിലേക്കും അരവിന്ദഘോഷ് രാഷ്ട്രീയം വിട്ട് സന്ന്യാസത്തിലേക്കും നീങ്ങി. ഇന്ത്യൻ സ്വാതന്ത്ര്യസമരരാഷ്ട്രീയത്തിലെ ഉല്പതിഷ്ണു നിലപാട് അവിടംകൊണ്ട് അവസാനിച്ചുമില്ല.

ശ്രീ. വേലായുധൻ പിന്നീട് പരാമർശിക്കുന്ന സുഭാഷ് ചന്ദ്രബോസും ജയപ്രകാശ് നാരായണനുമാണ് ഇന്ത്യയിലെ മുഖ്യധാരാരാഷ്ട്രീയത്തിലേക്ക് മറ്റൊരുതരത്തിലുള്ള ഉല്പതിഷ്ണുനിലപാടുകൾ കൊണ്ടുവന്നത്. അവരുടെ കാലമായപ്പോഴേക്ക് മഹാത്മാഗാന്ധി ദേശീയപ്രസ്ഥാനത്തിൽ ഒരു വടവൃക്ഷം പോലെ വളർന്നു കഴിഞ്ഞിരുന്നു. സ്വാതന്ത്ര്യസമരത്തിന്റെ ഊടും പാവും നെയ്തതും സിദ്ധാന്തവും പ്രയോഗവും ആവി

ഷ്കരിച്ചതും ഗാന്ധിജിയാണ് എന്ന സ്ഥിതി ഉളവായിക്കഴിഞ്ഞിരുന്നു. അപ്പോഴാണ് മാർക്സിസ്റ്റ് സോഷ്യലിസത്തിന്റെ ആശയങ്ങൾ സ്വാതന്ത്ര്യസമരപ്രസ്ഥാനത്തിലൂടെ ജനങ്ങളുടെ ആശയമണ്ഡലത്തിലേക്ക് ജവഹർലാൽ നെഹ്റുവിനോടൊപ്പം ഈ രണ്ടു നേതാക്കളും കൊണ്ടുവരുന്നത്. അത് നമ്മുടെ ദേശീയപ്രസ്ഥാനത്തിൽ വലിയ പ്രതികരണങ്ങൾ ഉളവാക്കി. കോൺഗ്രസിന്റെ അമരക്കാരനായ മഹാത്മാഗാന്ധി ഉൾപ്പെടെയുള്ള വലതുപക്ഷനേതാക്കൾ അവരുടെ വാദഗതി അംഗീകരിച്ചില്ല. കമ്യൂണിസ്റ്റ് സോഷ്യലിസ്റ്റ് ആശയങ്ങൾക്ക് ദേശീയ പ്രസ്ഥാനത്തിൽ വേരോട്ടമുണ്ടാകുന്നത് അനുവദിക്കാൻ അവർ തയ്യാറായില്ല. സുഭാഷ് ചന്ദ്രബോസ് തന്റെ നിലപാടുകളിൽ ഉറച്ചുനിന്നപ്പോൾ കോൺഗ്രസിന്റെ പ്രസിഡന്റായി തിരഞ്ഞെടുത്തു എങ്കിലും ആ വാദഗതിക്ക് അണികളുടെ വലിയ പിന്തുണ ലഭിച്ചതിനാൽ സുഭാഷ് ചന്ദ്രബോസ് കോൺഗ്രസ് പ്രസിഡന്റായി തിരഞ്ഞെടുക്കപ്പെട്ടു. വലതുപക്ഷനേതാക്കൾ ഒറ്റപ്പെടുത്തിയതുമൂലം അദ്ദേഹത്തിനു കോൺഗ്രസിൽ നിന്ന് പുറത്തുപോയി ഫോർവേഡ് ബ്ലോക്ക് രൂപീകരിക്കേണ്ടിവന്നു. താമസിയാതെ ജർമ്മനിയിൽ പോയി ഹിറ്റ്ലറുമായി സഹകരിച്ച് ഇന്ത്യയെ സ്വതന്ത്രമാക്കാൻ വ്യത്യസ്തമായ ഒരു മാർഗ്ഗം ബോസ് സ്വീകരിച്ചത് ചരിത്രം.

ജയപ്രകാശ് നാരായണനാകട്ടെ ആചാര്യ നരേന്ദ്രദേവ്, അച്യുത് പട്വർധൻ തുടങ്ങിയ നേതാക്കളുമായി ചേർന്ന് കോൺഗ്രസ് സോഷ്യലിസ്റ്റ് പാർട്ടി (സി എസ് പി) രൂപീകരിച്ചു. ഇ എം എസ് സി എസ് പിയുടെ ജോയിന്റ് സെക്രട്ടറിയായിരുന്നു. പി കൃഷ്ണപിള്ളയും എ കെ ജിയും ഉൾപ്പെടെയുള്ള കേരളത്തിലെ പ്രമുഖരായ കോൺഗ്രസുകാർ ആ പാർട്ടിയിൽ ചേർന്നു. ഏതാനും വർഷം കഴിഞ്ഞപ്പോൾ അവരിൽ മിക്കവരും ചേർന്ന് കേരളത്തിലെ കമ്യൂണിസ്റ്റുപാർട്ടി ഘടകം രൂപീകരിച്ചു. ജയപ്രകാശാകട്ടെ, സോഷ്യലിസ്റ്റായി തുടരുകയും സ്വാതന്ത്ര്യലബ്ധിക്കുശേഷം പാർലമെന്ററി രാഷ്ട്രീയം വിട്ട് വിനോബാഭാവെയോടൊപ്പം ചേർന്ന് ജീവൻദാനിയായി മാറുകയും ചെയ്തു. 1970 കളിൽ അടിയന്തരാവസ്ഥ പ്രവണത രൂപപ്പെട്ട സാഹചര്യത്തിലാണ് അതിനെതിരായി ബഹുജനങ്ങളെ അണിനിരത്തുന്നതിന് അദ്ദേഹം സജീവരാഷ്ട്രീയത്തിലേക്ക് തിരിച്ചുവന്നത്.

ടി ഡി വേലായുധന്റെ സംക്ഷിപ്തമായ ഈ ജീവചരിത്രക്കുറിപ്പുകളുടെ മേന്മ ഇതാണ്. സ്വാതന്ത്ര്യപൂർവ്വ കാലഘട്ടവുമായി ആത്മബന്ധമുള്ള ഒരാൾക്ക് അവയിലൂടെ കണ്ണോടിക്കുന്നത് ആ കാലഘട്ടത്തിലൂടെ വിചാരവിമാനത്തിലേറിയുള്ള ഒരു സഞ്ചാരമായി അനുഭവപ്പെടുന്നു. ആ സ്വാതന്ത്ര്യസമരസേനാനികൾ സ്വന്തം ജീവിതങ്ങളിലൂടെ നമ്മുടെ മുമ്പിൽ അവതരിപ്പിക്കുന്ന ജീവിതമാതൃകകളും ഉയർത്തിപ്പിടിക്കുന്ന മാനവിക മൂല്യങ്ങളും വഴിവിളക്കായി ഇന്നും നമുക്ക് മാർഗ്ഗദർശനം നല്കുന്നു.

സ്വാതന്ത്ര്യസമരരാഷ്ട്രീയം ഒരു നേർരേഖയിലൂടെ സഞ്ചരിക്കുകയായിരുന്നില്ല. വളവുകളും എടുത്തുചാട്ടങ്ങളും അതിന്റെ ചരിത്രത്തിലുണ്ടാ

യിട്ടുണ്ട്. ജന്മിനാടുവാഴിത്ത വാഴ്ചയുടെയും സാമ്രാജ്യത്വഭരണത്തിന്റെയും മുതലാളിത്ത വളർച്ചയുടെയും പലതരം പിടിവലികൾ ദേശീയപ്രസ്ഥാനത്തെ മാറ്റിമറിക്കുകയും അതിനെ പലദിശകളിൽ തള്ളിവിടുകയും ചെയ്തു. അവയോട് സ്വാതന്ത്ര്യസമരത്തിൽ ഭാഗഭാക്കായ നാനാവ്യക്തികളും ശക്തികളും തങ്ങളുടെ ബലാബലം അനുസരിച്ച് പ്രതികരിച്ചു. അക്കൂട്ടത്തിൽ ഒന്നായിരുന്നു ഉല്പതിഷ്ണു രാഷ്ട്രീയപ്രതികരണം.

അതുതന്നെ എന്നും ഒരേ രീതിയിലോ ഒരേ സ്വഭാവത്തോടുകൂടിയോ ആയിരുന്നില്ല എന്ന് ഈ കൃതിയിൽ പരാമർശിക്കപ്പെടുന്ന ആറു നേതാക്കളുടെ ജീവിതവും അവരുടെ രാഷ്ട്രീയപ്രവർത്തനത്തിന്റെ നാൾവഴി ചരിത്രവും വെളിവാക്കുന്നു. അവരുടെ ജീവിതമാകെ സ്വാതന്ത്ര്യം നേടാനും അത് നിലനിർത്താനുമുള്ള അവരുടെ പെടാപ്പാടുകളടക്കം, സമൂഹത്തിൽ ഓരോ കാലത്തും നടക്കുന്ന ഉല്പാദനപ്രവർത്തനത്തിന്റെയും അവയോടുള്ള ഉല്പാദനശക്തികളുടെ പ്രതിപ്രവർത്തനത്തിന്റെയും സൃഷ്ടിയാണ്. അതിനാൽ അത് സദാ ചലനാത്മകവുമാണ് എന്ന മാർക്സിന്റെ നിരീക്ഷണത്തെ ഈ കൃതിയുടെ ഉള്ളടക്കവും ശരിവയ്ക്കുന്നു.

സ്വാതന്ത്ര്യം ഇന്ത്യാക്കാരായ നമുക്ക് രാഷ്ട്രീയമായി പലതും പുതുതായി നേടിത്തന്നു. എങ്കിലും നാം നേടിയെടുത്ത സ്വാതന്ത്ര്യത്തെ സാമ്രാജ്യത്വത്തിന്റെ, വിശിഷ്യ നവലിബറൽ ശക്തികളുടെ താല്പര്യമനുസരിച്ച് ബലികഴിക്കുന്നതിന് ഭരണാധികാരികൾ നടത്തുന്ന ഏറ്റവും ഹീനമായ പരിശ്രമങ്ങളാണ് ഇപ്പോൾ നടന്നുകൊണ്ടിരിക്കുന്നത്. ഈ സ്ഥിതിവിശേഷം ഇന്ത്യൻ ജനതയുടെ മുമ്പിൽ മറ്റൊരു സ്വാതന്ത്ര്യസമരത്തെ അനിവാര്യമാക്കുന്നു. ഈ വേളയിൽ ഇത്തരമൊരു കൃതി ഇന്നത്തെ യുവതീയുവാക്കൾ ഉൾപ്പെടെയുള്ള വായനക്കാർക്ക് നാം താണ്ടിയ കനൽപാതകളെയും അവയിൽ അനുഭവിച്ച തീക്ഷ്ണമായ പരീക്ഷണങ്ങളെയും കുറിച്ചുള്ള ഓർമ്മക്കുറിപ്പുകളാകുന്നു; എല്ലാ പ്രതിബന്ധങ്ങളെയും അതിജീവിച്ചുകൊണ്ട് നേടിയെടുത്ത സ്വാതന്ത്ര്യം സംരക്ഷിക്കേണ്ടത് എന്തുകൊണ്ടും ഒഴിവാക്കാനാവാത്തതാണ് എന്ന ഉദ്ബോധനവും. അതിന് അവസരമൊരുക്കിയ ശ്രീ. ടി ഡി വേലായുധന് അഭിനന്ദനങ്ങൾ.

തിരുവനന്തപുരം

സി പി നാരായണൻ

1

ലാലാ ലജ്പത് റായ് (1865–1928)

എന്റെ ശരീരത്തിനേറ്റ പ്രഹരങ്ങൾ ഇന്ത്യയിൽ ബ്രിട്ടീഷ് ഭരണത്തിന്റെ ശവപ്പെട്ടിയിലെ അവസാനത്ത ആണികളാണ്.

ലാലാ ലജ്പത് റായ്

'പഞ്ചാബ് സിംഹം' എന്ന പേരിൽ ചരിത്രത്തിൽ ഇടം നേടിയ ലാലാ ലജ്പത് റായ് സമുന്നതനായ സാമൂഹ്യ പരിഷ്കർത്താവും തീവ്രമായ നിലപാടുകൾ സ്വീകരിച്ച കോൺഗ്രസിലെ ആദ്യകാല ദേശീയ നേതാക്കളി ൽ ഒരാളുമായിരുന്നു. അരവിന്ദഘോഷ് തീവ്രദേശീയതയുടെ പ്രവാചകനായിരുന്നുവെങ്കിൽ, തിലകൻ അതി ന്റെ അമരക്കാരനും ലാലാ ലജ് പത് റായ് സമചിത്തതയുള്ള നേതാവുമായി ജനമനസ്സുകളിൽ ചിരപ്രതിഷ്ഠം നേടി. ദേശീയ സ്വാതന്ത്ര്യത്തിനുവേണ്ടിയുള്ള സമരമുഖത്ത് ബ്രിട്ടീഷ് പൊലീസിന്റെ മർദ്ദനമേറ്റ് ധീരരക്തസാക്ഷിത്വം വരിച്ച ലാലാജി ഭഗത്സിങ്

ഏറെ ബഹുമാനിച്ചിരുന്ന ദേശീയ നേതാവായിരുന്നു.

കുടുംബവും വിദ്യാഭ്യാസവും

1865 ജനുവരി 28 ന് പഞ്ചാബിലെ ഫിറോസ്പൂർ ജില്ലയിൽ ധുടിക്ക എന്ന ഗ്രാമത്തിൽ പ്രശസ്തമായ അഗർവാൾ കുടംബത്തിൽ രാധാകിഷൻ റോയിയുടെയും ഗുലാബ് ദേവിയുടെയും മകനായി ലജ്പത് റായ് ഭൂജാതനായി. അദ്ദേഹത്തിന്റെ അച്ഛൻ പേർഷ്യൻ, ഉറുദു ഭാഷകളിൽ അഗാധമായ പാണ്ഡിത്യം നേടിയ ആളായിരുന്നു. ലാലാജിയുടെ അമ്മ ധാർമ്മികമൂല്യങ്ങൾക്ക് പ്രാധാന്യം നല്കിയാണ് കുട്ടികളെ വളർത്തിയത്. എങ്കിലും വ്യത്യസ്തമായ വിശ്വാസങ്ങളും അനുഷ്ഠാനങ്ങളും വച്ചു പുലർത്തുന്നതിന് അനുയോജ്യമായ കുടുംബാന്തരീക്ഷമാണ് നിലനിന്നിരുന്നത്. അച്ഛന്റെ ശിക്ഷണത്തിൽ വീട്ടിൽ വച്ചുതന്നെ പ്രാഥമികവിദ്യാഭ്യാസം പൂർത്തിയാക്കി. വിദ്യാർത്ഥിയായിരിക്കുമ്പോൾ പതിമൂന്നാമത്തെ വയസ്സിൽ വിവാഹിതനായി. 1880 ൽ ലുധിയാനയിലെ ഒരു മിഷൻ സ്കൂളിൽ നിന്ന് മെട്രിക്കുലേഷൻ പരീക്ഷ പാസായി. 1885 ൽ നിയമപഠനം പൂർത്തിയാക്കിയ ലാലാജി ആദ്യം റോഹ്ടെക്കിലും പിന്നീട് ഹിസ്സാറിലും അഭിഭാഷകനായി പ്രാക്ടീസ് ആരംഭിച്ചു. അതിനിടയിൽ ഹിസ്സാർ മുനിസിപ്പാലിറ്റി അംഗമായി തിരഞ്ഞെടുക്കപ്പെട്ടു. സ്ഥിരോത്സാഹവും വാക്ചാതുരിയും കൈമുതലായുള്ള ലാലാജി ചുരുങ്ങിയകാലംകൊണ്ട് നല്ലൊരു അഭിഭാഷകനായി പേരെടുത്തു. ഹിസ്സാറിലെ അറിയപ്പെടുന്ന കോൺഗ്രസ് നേതാവായി അദ്ദേഹം പൊതുവേദികളിൽ നിറഞ്ഞു നിന്നു .

ലാഹോർ നാഷണൽ കോളേജ്

ബ്രിട്ടീഷ് ഗവൺമെന്റിന്റെ ലെഫ്ടനന്റ് ഗവർണർ ഹിസ്സാർ സന്ദർശിച്ചപ്പോൾ ഇംഗ്ലീഷിൽ തയ്യാറാക്കിയ സ്വാഗത പ്രസംഗം ലാലാജി ഇടപെട്ട് മാറ്റുകയും ലെഫ്ടനന്റ് ഗവർണർക്ക് ധൈര്യസമ്മേതം ഉറുദു ഭാഷയിൽ സ്വാഗതം പറയുകയും ചെയ്തു. ഇത് ബ്രിട്ടീഷുകാരുടെ അപ്രീതിക്ക് ഇടയാക്കിയ ഒരു സംഭവമായിരുന്നു. ചെറുപ്പകാലത്ത് തന്നെ ലാലാജി സ്വാമി ദയാനന്ദസരസ്വതിയുടെ ദർശനങ്ങളിൽ ആകൃഷ്ടനാവുകയും ആര്യസമാജത്തിന്റെ പ്രവർത്തനങ്ങളിൽ പങ്കെടുക്കുകയും ചെയ്തു. സ്വാമി ദയാനന്ദസരസ്വതിയുടെ മരണശേഷം ആംഗ്ലോ വേദിക് കോളേജ് സ്ഥാപിക്കുന്നതിന് മുന്നിട്ടിറങ്ങി പ്രവർത്തിച്ചു. ദേശീയ പ്രസ്ഥാനത്തിന്റെ സിരാകേന്ദ്രമായിരുന്ന ലാഹോറിലേക്ക് പിന്നീട് താമസം മാറ്റുകയും സ്വാതന്ത്ര്യസമരവുമായി ബന്ധപ്പെട്ട പ്രവർത്തനങ്ങളിൽ മുഴുകുകയും ചെയ്തു. 1897 ലെയും 1899 ലെയും ക്ഷാമകാലത്ത് സാംക്രമിക രോഗബാധയും പട്ടിണിമരണങ്ങളും ഒഴിവാക്കുന്നതിന് ലാലാജി സഹായഹസ്തവുമായി ജനങ്ങൾക്കിടയിലേക്ക് ഇറങ്ങിച്ചെന്നു. ക്ഷാമം ബാധിച്ച്

കഷ്ടപ്പെടുന്ന ജനങ്ങൾ ലാഹോറിലെത്തിയാൽ ആദ്യത്തെ ദിവസം തങ്ങിയിരുന്നത് ലാലാജിയുടെ വീട്ടിലായിരുന്നു. പഞ്ചാബിലെ ചെറുപ്പക്കാർക്ക് ദേശീയ വിദ്യാഭ്യാസം നല്കുന്നതിന് അദ്ദേഹം ലാഹോറിൽ നാഷണൽ കോളേജ് ആരംഭിച്ചു. ജനങ്ങളുടെ സാമൂഹികപുരോഗതി ലക്ഷ്യമാക്കി അനാഥാലയങ്ങളും ആശുപത്രികളും സ്കൂളുകളും സ്ഥാപിച്ചു. അധഃസ്ഥിത ജനവിഭാഗങ്ങളുടെയും അയിത്ത ജാതിക്കാരുടെയും ഉന്നമനത്തിന് വേണ്ടി സർവന്റ്സ് ഓഫ് പീപ്പിൾ സൊസൈറ്റിയുടെ സേവനം ലഭ്യമാക്കി. തന്റെ പിതാവിന്റെ നാമധേയത്തിൽ സ്ഥാപിച്ചതാണ് രാധാകിഷൻ ഹൈസ്കൂൾ. ദേശീയ നേതാക്കളുടെ നഴ്സറിയായി ലാഹോറിലെ നാഷണൽ കോളേജ് രാജ്യമെമ്പാടും അറിയപ്പെട്ടു. ലാഹോറിൽ പഞ്ചാബ് നാഷണൽ ബാങ്ക് ആരംഭിച്ചതും ലാലാ ലജ്പത് റായ് ആയിരുന്നു.

സ്വാതന്ത്ര്യസമരത്തിൽ ആണ്ടിറങ്ങുന്നു

1898 ൽ ലാലാജി പ്രാക്ടീസ് നിർത്തിവച്ച് ദേശീയപ്രസ്ഥാനത്തിനു വേണ്ടി മുഴുവൻ സമയവും ചെലഴിച്ചു. ആശയപ്രചാരണ രംഗത്ത് പത്രങ്ങൾക്കുള്ള പ്രാധാന്യം തിരിച്ചറിഞ്ഞ് ലാലാജിയുടെ ശ്രദ്ധ ആ മേഖലയിലേക്ക് തിരിഞ്ഞു. പഞ്ചാബി ഭാഷയിൽ *വന്ദേമാതരം* ഇംഗ്ലീഷിൽ *ദി പീപ്പിൾ* എന്നീ ആഴ്ചപതിപ്പുകൾ ആരംഭിക്കുകയും അവയുടെ എഡിറ്ററായി പ്രവർത്തിക്കുകയും ചെയ്തു. ഇന്ത്യൻ ദേശീയ പ്രസ്ഥാനത്തിന്റെ സന്ദേശം പ്രചരിപ്പിക്കുന്നതിന് 1916 ൽ *യങ് ഇന്ത്യ* എന്ന ഇംഗ്ലീഷ് പത്രവും അദ്ദേഹത്തിന്റെ പത്രാധിപത്യത്തിൽ തുടങ്ങി. കോൺഗ്രസിന്റെ ഉത്ഭവവുമായി ബന്ധപ്പെടുത്തി ഏറെ ചർച്ച ചെയ്യപ്പെട്ടിട്ടുള്ള 'സുരക്ഷാ വാൽവ് സിദ്ധാന്തം കോൺഗ്രസിലെ മിതവാദികളെ നേരിടാനുള്ള മൂർച്ചയുള്ള ആയുധമായി ലാലാജി എടുത്തുപയോഗിച്ചു. കോൺഗ്രസ് സംഘടന ബ്രിട്ടീഷ് വൈസ്രോയിയായ ഡഫറിൻ പ്രഭുവിന്റെ തലച്ചോറിൽ ഉടലെടുത്ത ആശയമാണെന്ന വസ്തുത വിസ്മരിക്കരുതെന്ന് അദ്ദേഹം മിതവാദികളെ ഓർമ്മപ്പെടുത്തി. ബ്രിട്ടീഷ് സാമ്രാജ്യത്വത്തെ അപകടത്തിൽ നിന്ന് രക്ഷപ്പെടുത്താനുള്ള സുരക്ഷാ വാൽവ് എന്ന നിലയിൽ നിന്ന് ഇന്ത്യയുടെ സ്വാതന്ത്ര്യത്തിനു വേണ്ടി പോരാടുന്ന വീറുറ്റ സമര സംഘടനയായി കോൺഗ്രസ് മാറേണ്ടതുണ്ടെന്ന് ലാലാജി വാദിച്ചു. 1905 ലെ ഭൂകമ്പത്തിൽ കംഗ്ര ജില്ല തകർന്നപ്പോൾ ലാലാജി ദുരന്തത്തിൽ കഷ്ടപ്പെടുന്നവരുടെ രക്ഷയ്ക്കെത്തി. ഇന്ത്യയുടെ സ്വാതന്ത്ര്യത്തിന് വേണ്ടിയുള്ള പോരാട്ടത്തിൽ ലാലാജിക്ക് ഒന്നിലധികം പ്രാവശ്യം ജയിൽവാസം അനുഭവിക്കേണ്ടിവന്നു. ബ്രിട്ടീഷ് സർക്കാർ വെള്ളക്കരം വർദ്ധിപ്പിച്ചതിനെതിരെ പഞ്ചാബിലുടനീളം സഞ്ചരിച്ച് പ്രസംഗിച്ചു അന്യായമായ വെള്ളക്കരം നല്കരുതെന്ന് ജനങ്ങളോട് ആഹ്വാനം ചെയ്ത കാർഷിക ലഹളയുടെ പേരിൽ 1907 ൽ ബ്രിട്ടീഷ് സർക്കാർ അദ്ദേഹത്തെ ബർമ്മയിലേക്ക്

നാടുകടത്തുകയും കുപ്രസിദ്ധമായ മാൻഡലെ ജയിലിൽ അടയ്ക്കുകയും ചെയ്തു. 6 മാസത്തെ ജയിൽ വാസത്തിനുശേഷം വിട്ടയച്ചു.

തീവ്രദേശീയവാദികളുടെ പക്ഷത്ത് ചേരുന്നു

ഭരണഘടനാപരമായ മാർഗ്ഗങ്ങളിലൂടെ അവകാശങ്ങൾ നേടിയെടുക്കണമെന്ന് വാദിച്ച കോൺഗ്രസ് നേതാക്കൾ മിതവാദികൾ എന്നറിയപ്പെട്ടു. ഗോപാലകൃഷ്ണ ഗോഖലെയായിരുന്നു മിതവാദികളുടെ നേതാവ്. ദാദാ ഭായ് നവറോജി, ഫിറോസ് ഷാ മേത്ത, മദൻ മോഹൻ മാളവ്യ തുടങ്ങിയവരും മിതവാദികളായിരുന്നു. വിപ്ലവകരമായ രാഷ്ട്രീയ പ്രക്ഷോഭരീതികൾ ബ്രിട്ടീഷുകാർക്കെതിരെ നടത്തണമെന്ന് വാദിച്ചവരായിരുന്നു തീവ്രവാദികൾ. ബാലഗംഗാധര തിലകനായിരുന്നു തീവ്രവാദികളുടെ നേതാവ്. കോൺഗ്രസ് രാഷ്ട്രീയത്തിൽ ബാലഗംഗാധര തിലകന്റെ തീവ്രദേശീയനിലപാടുകൾക്ക് പിന്തുണ നല്കിയ നേതാവായിരുന്നു ലജ്പത് റായി. വിപിൻ ചന്ദ്രപാലും അരവിന്ദഘോഷുമായിരുന്നു മറ്റു നേതാക്കൾ. സൂര്യനസ്തമിക്കാത്ത ബ്രിട്ടീഷ് സാമ്രാജ്യത്തിൽനിന്ന് സ്വാതന്ത്ര്യം നേടാൻ പോരാട്ടത്തിന്റെ മാർഗ്ഗമാണ് ലാലാജി സ്വീകരിച്ചത്. ഗോപാലകൃഷ്ണ ഗോഖലെയുടെ നേതൃത്വത്തിൽ കോൺഗ്രസിലെ മിതവാദികൾ പിന്തുടർന്ന 'ഭിക്ഷാംദേഹിനയം' അംഗീകരിക്കാൻ ധീരദേശാഭിമാനിയായ ലാലാജിക്ക് കഴിയുമായിരുന്നില്ല. കോൺഗ്രസിനകത്തെ തീവ്രദേശീയതയുടെ നെടുംതൂണുകളായി അറിയപ്പെട്ടിരുന്ന 'ലാൽ ബാൽ പാൽ' ത്രയത്തിൽ പ്രഥമഗണനീയനായി ചരിത്രത്തിൽ ഇടം നേടാൻ അദ്ദേഹത്തിന് കഴിഞ്ഞു. 1907 ൽ കോൺഗ്രസിൽ പിളർപ്പുണ്ടായപ്പോൾ ലജ്പത് റായി തീവ്രദേശീയവാദികളുടെ പക്ഷത്തായിരുന്നു.

ഇംഗ്ലണ്ട് സന്ദർശനം

1905 ൽ ബംഗാൾ വിഭജനത്തിനെതിരെ പ്രചാരണം നടത്താൻ മിതവാതികളുടെ നേതാവായ ഗോപാലകൃഷ്ണ ഗോഖലെയുമൊത്ത് ലാലാജി ഇംഗ്ലണ്ട് സന്ദർശിച്ചു. ഇന്ത്യയുടെ സ്വാതന്ത്ര്യസമരം ന്യായയുക്തമാണെന്നും ബ്രിട്ടീഷ് സാമ്രാജ്യത്വത്തിന്റെ കീഴിൽ ഇന്ത്യൻ ജനത അനുഭവിക്കുന്ന ചൂഷണത്തിന്റെയും അടിമത്തത്തിന്റെയും വ്യാപ്തി വളരെ വലുതാണെന്നും ഇംഗ്ലീഷ് പൗരസമൂഹത്തെ ബോദ്ധ്യപ്പെടുത്താൻ ഇരുവരും ശ്രമിച്ചു. ഇന്ത്യയിലെ യാഥാർത്ഥ സ്ഥിതി അറിയാൻ കഴിഞ്ഞാൽ നീതിബോധമുള്ള ബ്രിട്ടീഷ് ജനത അതിനൊരു പരിഹാരം കാണാൻ യത്നിക്കുമെന്ന് അവർ പ്രതീക്ഷിച്ചു. എന്നാൽ നവറോജി സൂചിപ്പിച്ചതുപോലെ ഇന്ത്യയിലെ ഭരണം അബ്രിട്ടീഷ് (unbritish) ഭരണമാണെന്ന് ബ്രിട്ടീഷ് പൗരസമൂഹത്തെ ബോദ്ധ്യപ്പെടുത്താൻ അവർക്ക് കഴിഞ്ഞില്ല. വളരെ നിരാശാജനകമായ പ്രതികരണമാണ് അവരിൽ നിന്നുണ്ടായത്. ബ്രിട്ടീഷ് മാധ്യമങ്ങൾ തങ്ങളുടെ വാദമുഖങ്ങൾക്ക് യാതൊരു

പ്രചാരണവും നല്കാതിരുന്നതിൽ അദ്ദേഹത്തിന് വലിയ അമർഷമുണ്ടായി. ഇന്ത്യയിൽ തിരിച്ചെത്തിയ ലാലാജി ആരുടെയും ദയാദാക്ഷിണ്യത്തിന് വേണ്ടി കാത്തിരിക്കാതെ മാതൃരാജ്യത്തിന്റെ മോചനത്തിനായി സ്വദേശിപ്രസ്ഥാനം ശക്തിപ്പെടുത്താനും വിദേശചരക്കുകൾ ബഹിഷ്കരിക്കാനും ജനങ്ങളോട് ആഹ്വാനം ചെയ്തു.

നെഹ്റുവിന്റെ നിരീക്ഷണം

പണ്ഡിറ്റ് ജവഹർലാൽ നെഹ്റു തന്റെ ആത്മകഥയിൽ ഇംഗ്ലണ്ടിലെ കേംബ്രിഡ്ജിൽ പഠിക്കുന്ന വേളയിൽ ലാലാജി സർവ്വകലാശാല സന്ദർശിച്ചതായും അദ്ദേഹം നടത്തിയ പ്രസംഗത്തിൽ ആവേശഭരിതനായി തന്റെ പിതാവിന് കത്തെഴുതിയതായും പരാമർശിക്കുന്നുണ്ട്. ആത്മകഥയിൽ നെഹ്റു ലാലാജിയെ വിലയിരുത്തുന്നത് ഇപ്രകാരമാണ്.

> ഇന്ത്യൻ രാഷ്ട്രീയത്തിലെ ഒരു തീവ്രവാദി നേതാവായിട്ടാണ് അദ്ദേഹം അറിയപ്പെടുന്നത്. എന്നാൽ അദ്ദേഹത്തിന്റെ ഭാവഹാവങ്ങൾ നിയമവിധേയപ്രവർത്തനങ്ങളിൽ വിശ്വാസമർപ്പിച്ച തികഞ്ഞ ഒരു മിതവാദിയുടേതായിരുന്നു. സാഹചര്യങ്ങളുടെ സമ്മർദ്ദം മൂലമായിരുന്നു. അല്ലാതെ ആശയപരമായ പൊരുത്തം കൊണ്ടായിരുന്നില്ല അദ്ദേഹം ലോകമാന്യ തിലകന്റെയും മറ്റ് തീവ്രവാദിനേതാക്കളുടെയും പക്ഷത്ത് ചേർന്നത്. എന്നാൽ അദ്ദേഹം സാമൂഹ്യമായും സാമ്പത്തികമായും സ്വന്തം കാഴ്ചപ്പാടുള്ള നേതാവായിരുന്നു. വളരെക്കാലത്തെ വിദേശവാസത്തിൽ നിന്നും രൂപപ്പെടുത്തിയ അദ്ദേഹത്തിന്റെ കാഴ്ചപ്പാടുകൾക്ക് മറ്റ് ദേശീയ നേതാക്കളുമായി താരതമ്യം ചെയ്യുമ്പോൾ കുറച്ചുകൂടി വിശാലമായ ഒരു തലമുണ്ടായിരുന്നു.

കോൺഗ്രസിന്റെ തണുപ്പൻ നിലപാടുകളിൽ അമർഷം

മറ്റ് കോൺഗ്രസ് നേതാക്കളെപ്പോലെ ലജ്പത് റായിയും ഒന്നാം ലോകമഹായുദ്ധകാലത്ത് ബ്രിട്ടനോട് അനുഭാവം പുലർത്തിയിരുന്നു. അതിനുപകരമായി ഇന്ത്യയുടെ ദേശീയാവശ്യങ്ങളെ ബ്രിട്ടൻ തുറന്ന മനസ്സോടെ പരിഗണിക്കുമെന്നായിരുന്നു അദ്ദേഹത്തിന്റെ വിശ്വാസം. എന്നാൽ യുദ്ധം അവസാനിച്ചപ്പോൾ പ്രതീക്ഷിച്ച ഫലം നേടാൻ കഴിയാത്തതിൽ ലജ്പത് റായി നിരാശനായിരുന്നു. കോൺഗ്രസ് ഉന്നയിച്ച ആവശ്യങ്ങളൊന്നും തന്നെ അംഗീകരിക്കാൻ ബ്രിട്ടീഷ് സർക്കാർ തയ്യാറായില്ല. അവരുടെ കൊളോണിയൽ ചൂഷണവും അടിച്ചമർത്തൽ നയവും കൂടുതൽ രൂക്ഷമായി തുടർന്നു. ദാദാഭായ് നവറോഡിയുടെ പ്രസിദ്ധമായ ചോർച്ച സിദ്ധാന്തം (Arain theory) ബ്രിട്ടീഷു ഭരണം എത്രമാത്രം ക്രൂരവും ചൂഷ

ണാത്മകവുമാണെന്ന് വെളിവാക്കുന്നതായിരുന്നു. ഇന്ത്യയുടെ സ്വാതന്ത്ര്യ സമരത്തെ അടിച്ചമർത്തുക എന്ന ലക്ഷ്യത്തോടെ 1919 ൽ കൂടുതൽ കർക്ക ശമായ റൗലറ്റ് നിയമം കൊണ്ടുവരികയും ചെയ്തു. അതിൽ അമർഷം പൂണ്ട് ലാലാ ലജ്പത് റായ് ഇപ്രകാരം എഴുതി, "ചില്ലറ ആനുകൂല്യ ങ്ങൾക്കും ആവലാതിപരിഹരിക്കാനുമായി ഇരുപത് വർഷത്തോളം നട ത്തിയ പ്രവർത്തനങ്ങളുടെയും പ്രക്ഷോഭങ്ങളുടെയും ഫലമായി എന്താണ് നേടിയത്? അപ്പത്തിന് പകരം കല്ല്! വെറും കല്ല്!" വൈദേശി കമേധാവിത്വത്തോടുള്ള എതിർപ്പ് മാത്രമല്ല അതവസാനിപ്പിക്കുന്നതിന് ഇന്ത്യൻ നാഷണൽ കോൺഗ്രസ് അവലംബിച്ചുപോന്ന തണുപ്പൻനില പാടുകളോടുള്ള അമർഷവും അദ്ദേഹത്തിന്റെ വാക്കുകളിൽ പ്രതിഫലി ക്കുന്നുണ്ട്. സാമ്രാജ്യത്വശക്തികളെ ചെറുക്കാൻ ദേശീയ പ്രസ്ഥാന ത്തിൽ വൻതോതിൽ പൊതുജനങ്ങളെ അണിനിരത്തേണ്ടതിന്റെ പ്രാധാന്യം തിരിച്ചറിഞ്ഞ നേതാവായിരുന്നു ലജ്പത്റായി. ജന്മി മുതലാ ളിത്തത്തിന്റെ വർഗ്ഗതാല്പര്യങ്ങൾ പ്രതിനിധാനം ചെയ്യുന്ന കോൺഗ്ര സിന്റെ പ്രക്ഷോഭപരിപാടികൾക്ക് പ്രതീക്ഷിച്ച തോതിൽ തൊഴിലാളിക ളെയും കർഷകരെയും ആകർഷിക്കാൻ കഴിഞ്ഞിരുന്നില്ല. സാധാരണ ജനങ്ങളെ ആവേശം കൊള്ളിക്കാനും സ്വാതന്ത്ര്യസമരത്തിൽ അവരുടെ പങ്കാളിത്തം ഉറപ്പുവരുത്താനും അതുവഴി സാമ്രാജ്യത്വവിരുദ്ധസമരം വിജയത്തിലെത്തിക്കാനുമുള്ള പരിശ്രമത്തിലാണ് ലാലാ ലജ്പത് റായ് കോൺഗ്രസിലെ മറ്റ് തീവ്രദേശീയവാദികളായ നേതാക്കൾക്കൊപ്പം ഏർപ്പെട്ടിരുന്നത്.

ബ്രിട്ടീഷ് കൊളോണിയൽവാഴ്ചയ്ക്ക് അറുതി വരുത്തുന്നതിന് ആദ്യ മായി ചെയ്യേണ്ടത് ഇന്ത്യയിൽ കൊളോണിയൽ ചൂഷണം അവസാനി പ്പിക്കുകയും ബ്രിട്ടന്റെ ഇന്ത്യയിൽ നിന്നുള്ള വരുമാനമാർഗ്ഗങ്ങൾ ഇല്ലായ്മ ചെയ്യുകയും ആണെന്ന് ലജ്പത് റായ് വ്യക്തമാക്കിയിരുന്നു. വിദേശ ചരക്കുകളുടെ ബഹിഷ്കരണം ഇതിനു പറ്റിയ സമരതന്ത്രമായി അദ്ദേഹം നോക്കിക്കണ്ടു. ലോകമാന്യ തിലകനും ബിപിൻ ചന്ദ്രബാലും ലാലാ ലജ്പത് റായിയുടെ ഈ നിഗമനത്തോട് പൂർണ്ണമായും യോജിച്ചു. കോൺഗ്രസിന്റെ വിദേശവസ്ത്രബഹിഷ്കരണം മാഞ്ചസ്റ്ററിലെ തുണി മിൽ വ്യവസായത്തിന് കനത്ത ആഘാതം ഏല്പിക്കുകയും ഇന്ത്യയുടെ പൂർണ്ണസ്വരാജിലേക്കുള്ള പ്രയാണത്തിൽ ആദ്യത്തെ ചുവടുവയ്പായി ആ സമരം മാറുകയും ചെയ്തു.

കോൺഗ്രസിൽ അഭിപ്രായവ്യത്യാസം മൂർച്ഛിക്കുന്നു

1907 ൽ തപതി നദിയുടെ തീരത്ത് വച്ച് നടന്ന കോൺഗ്രസിന്റെ സൂററ്റ് സമ്മേളനത്തിൽ മിതവാദികളും തീവ്രവാദികളും തമ്മിൽ ബ്രിട്ടീ ഷുകാർക്കെതിരെ സ്വീകരിക്കേണ്ട സമരരീതികളെപ്പറ്റിയുള്ള അഭിപ്രാ യവ്യത്യാസം രൂക്ഷമാവുകയും അത് കോൺഗ്രസിന്റെ പിളർപ്പിൽ കലാ

ശിക്കുകയും ചെയ്തു. ആ സമ്മേളനത്തിൽ നിയമവിധേയമായി തിരഞ്ഞെടുക്കപ്പെട്ട അദ്ധ്യക്ഷൻ ഡോ. രാജ് ബീഹാറി ഘോഷ് ആയിരുന്നു. എന്നാൽ സമ്മേളനം ചേർന്നപ്പോൾ നാടുകടത്തൽ ശിക്ഷ കഴിഞ്ഞു ബർമ്മയിൽ നിന്നു തിരിച്ചെത്തിയ ലാലാ ലജ്പത് റായിയെ അദ്ധ്യക്ഷപദവി നല്കി ബഹുമാനിക്കണമെന്ന നിർദ്ദേശം കോൺഗ്രസിലെ തീവ്രവാദി നേതാക്കൾ ഉന്നയിച്ചു. ഇതു വകവക്കാതെ മിതവാദികൾ ഡോ. ഘോഷിന്റെ പേര് അദ്ധ്യക്ഷസ്ഥാനത്തേക്ക് നിർദ്ദേശിക്കുകയും സമ്മേളനം ബഹളത്തിൽ കലാശിക്കുകയും ചെയ്തു. പിറ്റെദിവസം വീണ്ടും സമ്മേളനം ചേർന്നപ്പോഴും ഡോ. ഘോഷിന്റെ പേര് അദ്ധ്യക്ഷസ്ഥാനത്തേക്ക് നിർദ്ദേശിക്കപ്പെട്ടു. ആ സമയം തിലകൻ അദ്ധ്യക്ഷസ്ഥാനത്തേക്ക് ലജ്പത് റായിയുടെ പേര് നിർദ്ദേശിച്ചു. എന്നാൽ ലാലാജി മത്സരിക്കാൻ വിസമ്മതിച്ചു: തിലകൻ യോഗം മാറ്റി വയ്ക്കണമെന്ന് ആവശ്യപ്പെട്ടു. ബഹളംമൂലം സമ്മേളനം പിരിച്ചുവിട്ടതായി അദ്ധ്യക്ഷന്റെ പ്രഖ്യാപനം വന്നു. അദ്ധ്യക്ഷവേദിയിലേക്ക് ഷൂസ് വലിച്ചെറിയുകയും അത് ഫിറോസ് ഷാ മേത്തയുടെയും എസ് എൻ ബാനർജിയുടെയും ദേഹത്ത് തട്ടുകയും ചെയ്തു.

1911 ൽ ലാലാജി ലാഹോർ മുനിസിപ്പൽ കൗൺസിലിലേക്ക് നടന്ന തിരഞ്ഞെടുപ്പിൽ മത്സരിച്ചു വിജയിച്ചു.

ഖിലാഫത്ത് പ്രസ്ഥാനത്തോട് വിയോജിപ്പ്

ഒന്നാം ലോകമഹായുദ്ധത്തിൽ ഇന്ത്യയിലെ ജനങ്ങളുടെ പിന്തുണയാർജ്ജിക്കുന്നതിനുവേണ്ടി ബ്രിട്ടീഷ് ഗവൺമെന്റ് പല വാഗ്ദാനങ്ങളും മുന്നോട്ടു വച്ചിരുന്നു. അക്കൂട്ടത്തിൽ തുർക്കിക്കെതിരെ ബ്രിട്ടനെ സഹായിക്കുന്ന നിലപാട് സ്വീകരിച്ചതിന് തുർക്കി ഖലീഫയുടെ ആത്മീയ നേതാവ് എന്ന പദവി സംരക്ഷിക്കുമെന്ന് ഇന്ത്യയിലെ മുസ്ലീങ്ങൾക്ക് ഉറപ്പു നല്കിയിരുന്നു. എന്നാൽ, യുദ്ധത്തിൽത്തോറ്റ തുർക്കി സുൽത്താന് ഖലീഫയെന്ന പരിഗണനയൊന്നും നല്കാൻ ബ്രിട്ടൻ തയ്യാറായില്ല. ഇത് മുസ്ലീം ജനതയോട് നടത്തിയ വാഗ്ദാനലംഘനമായാണ് ഇന്ത്യൻ നാഷണൽ കോൺഗ്രസ് കണക്കാക്കിയത്. ഇതിനെതിരെ കോൺഗ്രസും മുസ്ലീംലീഗും ഒറ്റക്കെട്ടായി പ്രക്ഷോഭം ആരംഭിച്ചു. ഖിലാഫത്ത് പ്രസ്ഥാനം എന്ന് ഇത് ചരിത്രത്തിൽ അറിയപ്പെട്ടു. ഖിലാഫത്ത് പ്രസ്ഥാനത്തോടുള്ള കോൺഗ്രസിന്റെ നിലപാടിനെ ലാലാജി പിന്തുണച്ചില്ല. ജാതീയവും മതപരവുമായ വിഭാഗീയചിന്തകൾക്ക് ഉപരിയായി രാജ്യതാല്പര്യത്തെ കാണണമെന്ന് ലാലാജി ആഗ്രഹിച്ചിരുന്നു. മതവും രാഷ്ട്രീയവും കൂട്ടിക്കുഴയ്ക്കുന്നതിന്റെ പരിണത ഫലമായി സമൂഹത്തിൽ ഉണ്ടാകുന്ന സ്ഫോടനാത്മകമായ ഭവിഷ്യത്തുകളിലേക്ക് വിരൽ ചൂണ്ടിക്കൊണ്ട് ലാലാ ലജ്പത് റായ് 1924 ൽ ഇപ്രകാരം എഴുതി:

ഇക്കഴിഞ്ഞ പതിറ്റാണ്ടിനിടയ്ക്ക് യുക്തിബോധത്തേക്കാളും സഹി

ഷ്ണുതയേക്കാളും കൂടുതലായി യാഥാസ്ഥിതികത്വത്തിന്റെയും മതഭ്രാന്തിന്റെയും ദുർഗ്ഗന്ധം വമിക്കുന്ന ഒരന്തരീക്ഷമാണ് നാം സൃഷ്ടിച്ചിരിക്കുന്നത് എന്ന് ഖേദപൂർവ്വം ചൂണ്ടിക്കാണിക്കേണ്ടിയിരിക്കുന്നു. നിസ്സഹകരണപ്രസ്ഥാനം തന്നെയാണ് ഇങ്ങനെയൊരു അന്തരീക്ഷം സൃഷ്ടിക്കുന്നതിൽ കാര്യമായ പങ്കുവഹിച്ചിട്ടുള്ളത്. ഇന്ത്യയിൽ ഖിലാഫത്ത്പ്രസ്ഥാനം രാഷ്ട്രീയമായ അടിസ്ഥാനത്തിലല്ല, മതപരമായ ഒരടിസ്ഥാനത്തിലാണ് വളർന്നുവന്നത് എന്നത് നിർഭാഗ്യകരമായ സ്ഥിതിവിശേഷം തന്നെ. വാസ്തവത്തിൽ അത്തരമൊരു പ്രസ്ഥാനത്തിനെ ശരിക്കും താങ്ങിനിർത്താൻ മതിയായ രാഷ്ട്രീയാടിസ്ഥാനങ്ങളുമുണ്ടായിരുന്നു. മഹാത്മാഗാന്ധിയും ഖിലാഫത്ത് പ്രസ്ഥാനത്തിന്റെ നേതാക്കളും മൗലികമായി മതപരമെന്നതിനേക്കാൾ തികച്ചും രാഷ്ട്രീയമായ ഒരു പ്രസ്ഥാനത്തിൽ മതത്തിന് ഇത്രമേൽ പ്രധാനമായ ഒരു പങ്കു കൊടുത്തത് അതിലേറെ കഷ്ടമായിപ്പോയി. നിസ്സഹകരണപരിപാടിയുടെ വിവിധ ഇനങ്ങൾക്ക് മതപരമായ അടിസ്ഥാനവും അനുമതിയും നേടാൻ ശ്രമിച്ചത് മറ്റൊരു മണ്ടത്തരമായി. അതു നമ്മെ, നേരെ വിഭാഗീയപ്രവണതയിലേക്കും ചേരിതിരിവിന്റെ ആവേശത്തിലേക്കുമാണ് നയിച്ചത്. അഖണ്ഡഭാരതമെന്നും ഇന്ത്യയുടെ ഐക്യമെന്നുമുള്ള നമ്മുടെ സങ്കല്പങ്ങൾക്ക് എതിരായി നില്ക്കുന്ന ശക്തികളുടെ സ്വാധീനശക്തിയിൽ അതു നമ്മെ കുടുക്കിയിട്ടു കളഞ്ഞു.

തൊഴിലാളിപ്രസ്ഥാനത്തിന്റെ അമരക്കാരൻ

ലാലാ ലജ്പത് റായ് ലിബറൽ ചിന്താഗതി പുലർത്തിയ ഉല്പതിഷ്ണുവായ ഒരു ദേശീയനേതാവായിരുന്നു. ദേശീയവും മനുഷ്യത്വപരവുമായ നിലപാടുകൾ അദ്ദേഹത്തെ ഇന്ത്യയിലെ തൊഴിലാളി പ്രസ്ഥാനത്തിന്റെ അമരക്കാരനാക്കി മാറ്റി. ഇന്ത്യൻ ദേശീയ പ്രസ്ഥാനത്തിന്റെ മുന്നോട്ടുള്ള പ്രയാണത്തിന് തൊഴിലാളികളുടെ പങ്കാളിത്തം അനിവാര്യമാണെന്ന് അദ്ദേഹം വിശ്വസിച്ചിരുന്നു. ബ്രിട്ടീഷ് ലിബറൽ രാഷ്ട്രീയത്തിന്റെയും തൊഴിലാളിപ്രസ്ഥാനത്തിന്റെ വീക്ഷണങ്ങളിൽ വശംവദനായി എ ഐ ടി യു സി രൂപീകരിക്കുന്നതിൽ ലാലാ ലജ്പത് റായ് നേതൃത്വപരമായ പങ്കുവഹിച്ചു. അതുകൊണ്ടുതന്നെ 1920 ഒക്ടോബർ 31 ന് ബോംബെയിൽ നടന്ന സമ്മേളനത്തിൽ അദ്ദേഹത്തെ എ ഐ ടി യു സിയുടെ സ്ഥാപകപ്രസിഡന്റായി തിരഞ്ഞെടുക്കുകയും ചെയ്തു. പ്രമുഖ ട്രേഡ്യൂണിയൻ നേതാവായ ഡി ചമൻലാൽ ആദ്യത്തെ ജനറൽ സെക്രട്ടറിയായിരുന്നു. എ ഐ ടി യു സിയുടെ ആദ്യത്തെ സമ്മേളനനടപടികൾ ഉപസംഹരിച്ചുകൊണ്ടു ലാലാജി ഇപ്രകാരം പ്രസ്താവിച്ചു.

ദേശവ്യാപകമായി തൊഴിലാളികൾ സംഘടിക്കേണ്ട സമയം

ഇനിയും നഷ്ടപ്പെടുത്തിക്കൂടാ. നമ്മുടെ രാജ്യത്തിന് ഇന്ന് ഏറ്റവും ആവശ്യമായിട്ടുള്ളത് തൊഴിലാളികൾ സംഘടിക്കുകയും പ്രക്ഷോഭണം നടത്തുകയും ആണ്. നമ്മൾ തൊഴിലാളികളെ സംഘടിപ്പിക്കണം. അവരെ വർഗ്ഗബോധമുള്ളവരാക്കണം. അങ്ങനെ ചെയ്യുമ്പോൾ കുറേക്കാലത്തേക്കെങ്കിലും തൊഴിലാളികൾക്ക് ബുദ്ധിജീവികളുടെ സഹായവും മാർഗ്ഗനിർദ്ദേശങ്ങളും ആവശ്യമാണ്. എന്നാൽ കുറേ കഴിയുമ്പോൾ തൊഴിലാളികൾക്ക് തന്നെ അവരുടെ ഇടയിൽനിന്നും നേതാക്കളെ വളർത്തിക്കൊണ്ടുവരാൻ കഴിയും.

മുതലാളിത്തവും സാമ്രാജ്യത്വവും തമ്മിൽ അഭേദ്യമായ ബന്ധമാണുള്ളതെന്നും രണ്ടിനെയും എതിർത്തു തോല്പിച്ചുകൊണ്ടല്ലാതെ തൊഴിലാളിവർഗ്ഗത്തിന് മുന്നേറാൻ കഴിയുകയില്ലെന്നും ലജ്പത് റായ് വിശ്വസിച്ചിരുന്നു. "സാമ്രാജ്യത്വവും പട്ടാളവാഴ്ചയും മുതലാളിത്തത്തിന്റെ വിഷവൃക്ഷങ്ങളാണ്. അതിന്റെ നിഴലും കായ്കനികളും തൊലിയും എല്ലാം വിഷം വമിക്കുന്നവയാണ്. ഇതിനെ പ്രതിരോധിക്കാൻ ഒരൊറ്റ ഔഷധമേ കൈവശമുള്ളൂ. അത് സംഘടിതതൊഴിലാളിവർഗ്ഗമാണ്." അദ്ദേഹം അഭിപ്രായപ്പെട്ടു.

ജവഹർലാൽ നെഹ്റു, മുഹമ്മദാലി ജിന്ന, സി ആർ ദാസ് സത്യമൂർത്തി തുടങ്ങിയ ഉന്നതശീർഷരായ ദേശീയ നേതാക്കളെപ്പോലെ ലാലാ ലജ്പത് റായിയും എ ഐ ടി യു സിയുടെ വാർഷികസമ്മേളനങ്ങളിൽ പങ്കെടുക്കുകയും പ്രവർത്തനങ്ങളിൽ സഹകരിക്കുകയും ചെയ്തു. ബ്രിട്ടീഷ് ലേബർപാർട്ടിയുടെ ആദർശങ്ങളോട് ആഭിമുഖ്യം പുലർത്തിയ ലാലാ ലജ്പത് റായ് കമ്യൂണിസ്റ്റ് പ്രത്യയശാസ്ത്രത്തോടോ, തൊഴിലാളിവർഗ്ഗരാഷ്ട്രീയത്തോടോ അനുഭാവം പുലർത്തിയ ദേശീയനേതാവായിരുന്നില്ല. തൊഴിലാളികളെ മുതലാളി വർഗ്ഗനേതൃത്വത്തിൽ അണിനിരത്താൻ ശ്രമിച്ച ഒരു ലിബറൽ ചിന്താഗതിയുള്ള ദേശീയനേതാവായിരുന്നു ലാലാജി. 1926 ൽ ജനീവയിൽ നടന്ന അന്തർദേശീയ തൊഴിലാളി സമ്മേളനത്തിൽ (ഐ എൽ ഒ) ഇന്ത്യയിലെ തൊഴിലാളികളെ പ്രതിനിധീകരിച്ച് ലാലാജി പങ്കെടുത്തു.

ദേശീയ പ്രസ്ഥാനത്തിൽ തൊഴിലാളികൾക്കെന്നപോലെ കർഷകർക്കും നിർണ്ണായകമായ പങ്ക് വഹിക്കാൻ കഴിയുമെന്ന വിശ്വാസക്കാരനായിരുന്നു ലാലാജി. പുരോഗമനപരമായ കാഴ്ചപ്പാടുകൾ വച്ചുപുലർത്തിയ അദ്ദേഹം ജന്മിത്വത്തിനെതിരായി ഉയർന്നുവന്ന കർഷകരുടെ പ്രശ്നങ്ങൾ ഏറ്റെടുത്തു. 1928 ൽ ലാലാജി കേരളം സന്ദർശിക്കുകയും അദ്ദേഹത്തിന്റെ അദ്ധ്യക്ഷതയിൽ എറണാകുളത്തു ചേർന്ന ഒന്നാമത്തെ അഖിലകേരള കുടിയാൻ സമ്മേളനം കാർഷികപരിഷ്കാരങ്ങൾ നടപ്പാക്കണമെന്നാവശ്യപ്പെട്ട് പ്രമേയങ്ങൾ പാസാക്കുകയും ചെയ്തു.

അതിന്റെകൂടി ഫലമായിട്ടാണ് 1930 ലെ മലബാർ കുടിയായ്മാനിയമം നടപ്പിലായത്.

ലാലാ ലജ്പത് റായി അചഞ്ചലനായ ദേശീയവാദിയായിരുന്നു. ധീരനായ ഒരു സ്വാതന്ത്ര്യസമരസേനാനിയുടെ വീറും വാശിയും മാതൃരാജ്യത്തെക്കുറിച്ച് വലിയ അഭിമാനവും അദ്ദേഹത്തിനുണ്ടായിരുന്നു. ഇന്ത്യയുടെ ഭാവിയെക്കുറിച്ച ദീർഘദർശനം നടത്തിയിരുന്ന അദ്ദേഹം ഇന്ത്യയുടെ പൗരാണികസംസ്കാരത്തിലും ഹിന്ദുത്വത്തിലും അഭിമാനം കൊണ്ടിരുന്നു. എന്നാൽ കൊളോണിയൽവിരുദ്ധസമരത്തിൽ ജനങ്ങളുടെ വിശാലമായ യോജിപ്പും ഹിന്ദു-മുസ്ലീം മൈത്രിയുടെ അനിവാര്യതയും തിരിച്ചറിഞ്ഞ നേതാവായിരുന്നു. അതേസമയം ഭൂരിപക്ഷ സമുദായം എന്ന നിലയിൽ ഹിന്ദുക്കളുടെ താല്പര്യങ്ങൾക്ക് മുൻഗണന നല്കുകയും അത് ബലികഴിച്ചുകൊണ്ടുള്ള ന്യൂനപക്ഷ പ്രീണന നിലപാടുകളോട് അദ്ദേഹം വിയോജിപ്പ് പ്രകടിപ്പിക്കുകയും ചെയ്തു.

ദേശീയ പ്രസ്ഥാനവുമായുള്ള അകൽച്ച മാറുന്നു

1914 ൽ ലാലാജി അമേരിക്കയിൽ പോകുകയും വളരെക്കാലം അവിടെ താമസിക്കുകയും ഇന്ത്യൻ ദേശീയ പ്രസ്ഥാനത്തിൽനിന്ന് വിട്ടു നില്ക്കുകയും ചെയ്തു. 1916 ൽ അമേരിക്കയിൽ ഇന്ത്യൻ ഹോംറൂൾലീഗ് സ്ഥാപിച്ചു. ഒരു വർഷം കഴിഞ്ഞ് ന്യൂയോർക്കിൽ സ്ഥാപിതമായ ഇന്ത്യൻ ഇൻഫർമേഷൻ ബ്യൂറോയുടെ ഡയറക്ടറായി ചുമതലയേറ്റു. ഇന്ത്യൻ ദേശീയ പ്രസ്ഥാനത്തിന്റെ സന്ദേശം പ്രചരിപ്പിക്കുന്നതിന് അദ്ദേഹം *യങ് ഇന്ത്യ* എന്ന വൃത്താന്തപത്രം ആരംഭിച്ചു. ഒന്നാം ലോകമഹായുദ്ധത്തിനുശേഷം ഇന്ത്യയിലേക്കുള്ള മടക്കയാത്രയിൽ ലണ്ടനിൽ വച്ചു പ്രസിദ്ധ തത്ത്വചിന്തകനായ ബർണാഡ് ഷായെ സന്ദർശിച്ച് സംഭാഷണം നടത്തി.

ഇന്ത്യയിൽ തിരിച്ചെത്തിയ ലാലാജി 1920 ൽ കൽക്കത്തയിൽ ചേർന്ന പ്രത്യേക സമ്മേളനത്തിൽ ഇന്ത്യൻ നാഷണൽ കോൺഗ്രസിന്റെ പ്രസിഡന്റായി തിരഞ്ഞെടുക്കപ്പെട്ടു. ഈ സമ്മേളനത്തിൽ വച്ചാണ് നിസ്സഹകരണ പ്രസ്ഥാനം ആരംഭിക്കുന്നതിനുള്ള പ്രമേയം പാസാക്കിയത്. തന്നിൽ അർപ്പിതമായ ഭാരിച്ച ഉത്തരവാദിത്വം നിറവേറ്റാൻ അദ്ദേഹം കഠിനമായി അദ്ധ്വാനിച്ചു. ആദ്യഘട്ടത്തിൽ, ഗാന്ധിജിയുടെ നിസ്സഹകരണപ്രസ്ഥാനത്തോട് അദ്ദേഹത്തിന് യോജിപ്പുണ്ടായിരുന്നില്ല. എന്നാൽ പിന്നീട് അദ്ദേഹം അതിൽ പങ്കുചേർന്നു. 1922 ൽ ചൗരിചൗരാ സംഭവത്തെതുടർന്ന് ഗാന്ധിജി നിസ്സഹകരണപ്രസ്ഥാനം പിൻവലിച്ചപ്പോൾ ലജ്പത് റായ് അതിനെ ശക്തിയായി എതിർത്തു. കോൺഗ്രസ് ചരിത്രകാരനായ പട്ടാഭിസീതാരാമയ്യ സൂചിപ്പിച്ചതുപോലെ 'ലജ്പത് റായ് ഒരു യോദ്ധാവായിരുന്നു സത്യഗ്രഹിയായിരുന്നില്ല.' നിസ്സഹകരണ പ്രസ്ഥാനം പിൻവലിക്കപ്പെട്ടതോടെ ഉദയം ചെയ്ത രാഷ്ട്രീയ പ്രസ്ഥാനമായിരുന്നു

ഥത്തിലെ പ്രകാശം ചൊരിഞ്ഞുകൊണ്ടിരുന്ന ഒരു വലിയ നക്ഷത്രത്തിന്റെ അസ്തമയം' എന്നാണ് ലാലാ ലജ്പത്റായിയുടെ രക്തസാക്ഷിത്വത്തെക്കുറിച്ച് മഹാത്മാഗാന്ധി അഭിപ്രായപ്പെട്ടത്. സാൻഡേഴ്സിനെ വെടിവച്ചുകൊന്ന് ഭഗത്സിങ്ങും കൂട്ടാളികളും ലജ്പത് റായിയുടെ ജീവന് പകരം ചോദിക്കുകയും ഇന്ത്യയുടെ ആത്മാഭിമാനം ഉയർത്തിപ്പിടിക്കുകയും ചെയ്തു. തീവ്രദേശീയതയുടെയും സത്യസന്ധതയുടെയും പ്രതീകമായി ഇന്ത്യൻ രാഷ്ട്രീയമണ്ഡലത്തിൽ ലാലാജിയുടെ വ്യക്തിപ്രഭാവം സൂര്യശോഭയോടെ ജ്വലിച്ചു നില്ക്കുന്നു.

2

ബാലഗംഗാധര തിലകൻ (1856–1920)

സ്വരാജ്യം എന്റെ ജന്മാവകാശമാണ്. ഞാൻ അത് നേടുകയും ചെയ്യും.

ബാലഗംഗാധര തിലകൻ

ഇന്ത്യൻ നാഷണൽ കോൺഗ്രസിന്റെ ജനകീയാടിത്തറ വികസിപ്പിക്കുന്നതിനും, ജനങ്ങളിൽ രാജ്യസ്നേഹം വളർത്തുന്നതിനും മഹത്തായ പങ്കുവഹിച്ച ക്രാന്തദർശിയായ ദേശീയനേതാവായിരുന്നു 'ലോകമാന്യ തിലകൻ' എന്ന പേരിൽ പ്രശസ്തനായ ബാലഗംഗാധര തിലകൻ. മഹാനായ സംസ്കൃതപണ്ഡിതനും ജ്യോതിശ്ശാസ്ത്രജ്ഞനുമായിരുന്നു അദ്ദേഹം. ആര്യന്മാരുടെ ഉത്ഭവത്തെക്കുറിച്ചുള്ള അദ്ദേഹത്തിന്റെ സിദ്ധാന്തങ്ങൾ പ്രാമാണികരായ പൗരസ്ത്യ ചിന്തകരുടെ പ്രശംസയ്ക്ക് പാത്രീഭവിച്ചിട്ടുള്ളതാണ്. തിലകൻ ഇന്ത്യൻ ദേശീയപ്രസ്ഥാനത്തിൽ നിറഞ്ഞു നിന്ന കാലഘട്ടത്തെ 'തിലകയുഗം' എന്നാണ് ചരിത്രകാരനായ ഇ എം എസ് *ഇന്ത്യൻ സ്വാതന്ത്ര്യസമരചരിത്രം* എന്ന ഗ്രന്ഥത്തിൽ വിശേഷിപ്പിച്ചത്. ഇന്ത്യൻദേശീയ പ്രസ്ഥാനത്തിലേക്ക് ഗാന്ധിജി രംഗപ്രവേശനം ചെയ്യുന്നതിന് മുമ്പ് കോൺഗ്ര

സിന്റെ ധൈഷണികമായ മാർഗ്ഗദർശിയും തീവ്രദേശീയവാദിയുടെ ഏറ്റവും ജനപ്രിയനായ നേതാവുമായിരുന്നു ബാലഗംഗാധര തിലകൻ.

കുടുംബം, വിദ്യാഭ്യാസം

മഹാരാഷ്ട്രയിലെ രത്നഗിരി ജില്ലയിൽ 1856 ജൂലൈ 23 ന് ഒരു ഇടത്തരം ബ്രാഹ്മണകുടുംബത്തിലായിരുന്നു ബാലഗംഗാധരതിലകന്റെ ജനനം. അച്ഛൻ ഗംഗാധര രാമചന്ദ്ര തിലക് പന്ത് സംസ്കൃതപണ്ഡിതനും പ്രശസ്തനായ അദ്ധ്യാപകനുമായിരുന്നു. അമ്മ പാർവ്വതീഭായി ഉന്നത കുലജാതയായ സ്ത്രീയായിരുന്നു. താന്തിയാതോപ്പി, നാനാസാഹേബ്, ഝാൻസിറാണി എന്നിവരുടെ വീരകഥകൾ കേട്ട് ആവേശമുൾക്കൊണ്ടാണ് കുട്ടിയായ തിലകൻ വളർന്നുവന്നത്. പത്താമത്തെ വയസ്സിൽ പൂനയിലെ സിറ്റി സ്കൂളിൽ ചേർന്ന് പഠനം ആരംഭിച്ചു. ബീജ ഗണിതത്തിലും ജ്യോമട്രിയിലും സംസ്കൃതത്തിലും തിലകന് അനിതരസാധാരണമായ സാമർത്ഥ്യമുണ്ടായിരുന്നു. മെട്രിക്കുലേഷന് പഠിക്കുന്ന വേളയിൽ, തന്റെ പതിനാറാമത്തെ വയസ്സിൽ പത്തുവയസ്സുമാത്രം പ്രായമുള്ള സത്യഭാമയെ വിവാഹം കഴിച്ചു. മെട്രിക്കുലേഷൻ പരീക്ഷ പാസായ ശേഷം പൂനയിലെ ഡെക്കാൻ കോളേജിൽ നിന്ന് ഒന്നാം ക്ലാസോടെ ബീജ ഗണിതശാസ്ത്രത്തിൽ ബിരുദം നേടി. 1879 ൽ ബോംബെ എൽഫിൻസ്റ്റൺ കോളേജിൽ നിന്ന് നിയമബിരുദം സമ്പാദിച്ചശേഷം 1876 ൽ ആദ്യം അഭിഭാഷകനായും പിന്നീട് പത്രപ്രവർത്തകനായും പ്രവർത്തിച്ചു. തന്റെ സതീർത്ഥ്യനായ ജി ജി അഗാർക്കറുമായി സഹകരിച്ച് തിലകൻ ദേശീയവിദ്യാഭ്യാസം നല്കുന്നതിന് 1880 ജനുവരിയിൽ പൂനയിൽ ന്യൂ ഇംഗ്ലീഷ് സ്കൂൾ സ്ഥാപിച്ചു. തുടർന്ന് 1884 ൽ ഡെക്കാൻ എജ്യൂക്കേഷൻ സൊസൈറ്റി രൂപീകരിക്കുന്നതിനും അതിന്റെ കീഴിൽ 1885 ൽ പൂനയിൽ ഫർഗൂസൻ കോളേജ് സ്ഥാപിക്കുന്നതിനും അദ്ദേഹം നേതൃത്വം നല്കി. 1890 വരെ ഫർഗൂസൻ കോളേജിൽ അദ്ധ്യാപകനായി തിലകൻ ജോലിചെയ്തു.

ആശയപ്രചാരണത്തിനുള്ള വേദികൾ

ദേശീയവാദിയായ തിലകൻ ഹൈന്ദവരൂപകങ്ങളെയും ഉത്സവങ്ങളെയും ദേശീയവികാരം ഉണർത്തി വിടുന്നതിന് ഫലപ്രദമായി ഉപയോഗിച്ചിരുന്നു. മഹാരാഷ്ട്രയിൽ 1893 ൽ ആരംഭിച്ച ഗണപതി ഉത്സവവും 1896 ൽ തുടങ്ങിയ ശിവജി ഉത്സവവും പരമ്പരാഗത ആചാരപ്രകാരമുള്ള ഹിന്ദു ഉത്സവങ്ങളെന്ന നിലയിൽ ദേശീയൈക്യത്തിനും കൊളോണിയൽ വിരുദ്ധവികാരം ഉണർത്തുന്നതിനുമുള്ള ആഘോഷങ്ങളാക്കി മാറ്റുന്നതിന് തിലകന് കഴിഞ്ഞു. അതിന്റെ പ്രാധാന്യം വ്യക്തമാക്കികൊണ്ട് തിലകൻ 'കേസരി' പത്രത്തിൽ ഇപ്രകാരം എഴുതി: "ഈ പ്രവർത്തനം കോൺഗ്രസ് പ്രവർത്തനം പോലെ ബുദ്ധിമുട്ടുള്ളതോ ചെലവുള്ളതോ അല്ല. എന്നാൽ അഭ്യസ്തവിദ്യർക്ക് ഈ ദേശീയോത്സവങ്ങളിലൂടെ

കോൺഗ്രസിനെക്കൊണ്ട് സാധിക്കാത്ത ഫലങ്ങൾ നേടാൻ കഴിയും. ഉത്സവങ്ങളിലൂടെ ഗ്രാമങ്ങളിലെ ഏറ്റവും പാവപ്പെട്ടവരുടെ കുടിലുകളിൽ പോലും രാഷ്ട്രീയപ്രവർത്തനമെത്തിക്കാൻ കഴിയില്ലേ? മതപ്രസംഗങ്ങൾ കേൾക്കാൻ പോകുന്നതുപോലെ കൂട്ടം കൂട്ടമായി ജനങ്ങൾ കോൺഗ്രസ് സമ്മേളനത്തിൽ പങ്കെടുക്കാൻ വരുന്നില്ലെന്ന് ചിലപ്പോൾ ആക്ഷേപം പറയാറുണ്ട്. എന്നാൽ ജനങ്ങൾ സഹജമായി ഒത്തുചേരുന്നത് എവിടെ യാണ്? നമ്മുടെ പൂർവ്വികന്മാർ ജനങ്ങൾക്ക് ഒത്തുചേരാൻ പറ്റിയ സ്വാഭാ വികമായ അവസരങ്ങൾ സൃഷ്ടിച്ചുകഴിഞ്ഞിട്ടുണ്ട്. പക്ഷേ, നമ്മുടെ അഭ്യ സ്തവിദ്യർ അവയെ വില വയ്ക്കുന്നില്ല. സാധാരണക്കാരിൽ നിന്ന് വ്യത്യ സ്തമായ ഒരു വർഗ്ഗമാണ് തങ്ങളെന്ന് അഭ്യസ്തവിദ്യർ കരുതുന്നു. ഇതി നേക്കാൾ വലിയ വിഡ്ഢിത്തം വേറെയില്ല. അഭ്യസ്തവിദ്യർ ജനങ്ങളുടെ ഭാഗത്താണ്. ജനങ്ങളോടൊപ്പമാണ്, അവർ അഭിവൃദ്ധിപ്പെടുകയോ നശി ക്കുകയോ ചെയ്യും. അതുകൊണ്ട് അക്കാര്യത്തിൽ തങ്ങളുടെ കടമ മന സ്സിലാക്കി പ്രവർത്തിക്കാൻ ഞങ്ങളഭ്യർത്ഥിക്കുന്നു: പ്രത്യക്ഷത്തിൽ ഏറെ ജനങ്ങളെ ഉൾക്കൊള്ളിക്കാൻ പോന്നതാണ്. ഈ നിലപാടെങ്കിലും സൂക്ഷ്മാവലോകനത്തിൽ പല ഒഴിവാക്കലുകളും ഇതിലൂടെ പ്രാവർത്തി കമാക്കുന്നുണ്ടെന്ന് കാണാം. മതത്തെ ദേശീയപ്രത്യയശാസ്ത്രം പ്രച രിപ്പിക്കുന്നതിന് സഹായിക്കുന്ന ഒരുപകരണമായിട്ടാണ് തിലകൻ കണ്ടി രുന്നത്. എന്നാൽ അദ്ദേഹത്തിന്റെ നിലപാടുകൾ വിശാലമായ അർത്ഥ ത്തിൽ കൊളോണിയൽ വിരുദ്ധമായിരുന്നു എന്നതോടൊപ്പം തന്നെ മുസ്ലീം വിരുദ്ധവുമായിരുന്നുവെന്ന പ്രതീതി സമൂഹത്തിൽ സൃഷ്ടിക്കു കയുണ്ടായി. അതുകൊണ്ട് ഇന്ത്യയിലെ മുസ്ലീം ജനസാമാന്യം അദ്ദേ ഹത്തിന്റെ ഉദ്ദേശ്യ ലക്ഷ്യങ്ങളെ വളരെ സംശയദൃഷ്ടിയോടെയാണ് വീക്ഷിച്ചത്. അദ്ദേഹത്തിന്റെ നിലപാടുകൾ ഹിന്ദുവർഗ്ഗീയതയുമായി ഇണ ങ്ങിനില്ക്കുന്നതായിരുന്നുവെന്ന വിമർശനം ഗൗരവമായ പരിശോധന ആവശ്യപ്പെടുന്നുണ്ട്.

നിർഭയനായ പത്രപ്രവർത്തകൻ

ജി ജി അഗാർക്കറുമായി ചേർന്നു 1891 ൽ തിലകൻ ആരംഭിച്ച ഇംഗ്ലീഷ് ദിനപത്രമായ *ദി മറാത്ത*യും മറാത്തി ഭാഷയിലെ *കേസരി*യും ജനങ്ങൾക്കിടയിൽ ദേശീയബോധം ഉദ്ദീപിപ്പിക്കാനുള്ള പ്രചരണങ്ങളിൽ വ്യാപൃതമായി. ഇന്ത്യ ഭരിക്കപ്പെടുന്നത് ഇന്ത്യക്ക് വേണ്ടിയല്ലെന്നും മറിച്ച് ഇംഗ്ലണ്ടിന്റെ കൊളോണിയൽ താല്പര്യങ്ങൾക്ക് വേണ്ടിയാണെന്നും *മറാത്ത* ദിനപത്രം എഴുതി. *കേസരി*യിൽ തിലകൻ തുടർച്ചയായി എഴു തുകയും ഇന്ത്യക്കാരെ അവരുടെ സമ്പന്നമായ പൈതൃകത്തെക്കുറിച്ചു ബോധവാന്മാരാക്കുകയും സ്വാശ്രയത്വത്തിലും നിർഭയത്വത്തിലും അധി ഷ്ഠിതമായ ഊർജ്ജസ്വലമായ ദേശീയപ്രസ്ഥാനത്തിന്റെ ആവശ്യകത ഊന്നിപ്പറയുകയും ചെയ്തു. ബ്രിട്ടീഷുകാർ ഇന്ത്യയെ കൊടിയ സാമ്പ ത്തിക ചൂഷണത്തിന് വിധേയമാക്കുന്നതായി അദ്ദേഹം ചൂണ്ടിക്കാട്ടി. ഇത

വസാനിപ്പിക്കുന്നതിന് വിദേശച്ചരക്കുകളുടെ ബഹിഷ്കരണം, ദേശീയ വിദ്യാഭ്യാസം, സ്വയംഭരണം സ്വാശ്രയത്വം എന്നീ നാലുഅജണ്ടകളാണ് തിലകൻ മുന്നോട്ടുവച്ചത്. *കേസരി*യിൽ അദ്ദേഹമെഴുതിയ ലേഖനങ്ങൾ ബ്രിട്ടീഷുകാരെ അരിശംകൊള്ളിക്കുകയും പത്രം കണ്ടുകെട്ടുകയും രാജ്യദ്രോഹക്കുറ്റം ചുമത്തി തിലകനെ തടവിലിടുകയും ചെയ്തു. മാക്സ് മുള്ളറെപ്പോലുള്ള പൗരസ്ത്യനിരീക്ഷകരും പണ്ഡിതരും ഈ നടപടിയെ ശക്തമായ ഭാഷയിൽ അപലപിക്കുകയുണ്ടായി. പത്രസ്വാതന്ത്ര്യവും പൗരാവകാശങ്ങളും സംരക്ഷിക്കുന്നതിനു വേണ്ടി പൊരുതുകയും പല വട്ടം ജയിൽവാസം അനുഭവിക്കുകയും ചെയ്ത തിലകൻ ഇന്ത്യയിലെ ആദ്യത്തെ നിർഭയനായ പത്രപ്രവർത്തകനും ശക്തമായ തൂലികയുടെ ഉടമയുമായിരുന്നു.

വിദേശവസ്ത്രബഹിഷ്കരണം

1896 ൽ ബ്രിട്ടീഷ് സർക്കാർ പരുത്തിത്തുണിക്ക് എക്സൈസ് തീരുവ ഏർപ്പെടുത്തിയതിൽ പ്രതിഷേധിച്ച് വിദേശവസ്ത്രങ്ങൾ ബഹിഷ്കരിക്കാനുള്ള ഒരു ക്യാമ്പയിന് തിലകൻ തുടക്കം കുറിച്ചു. സ്വയംഭരണം നേടിയെടുക്കുന്നതിന്റെ ആദ്യഘട്ടമായി വിദേശവസ്ത്രങ്ങൾ ബഹിഷ്കരിക്കണമെന്ന് തിലകൻ ജനങ്ങളോട് ആവശ്യപ്പെട്ടു. പൂനയിൽ അധിനിവേശശക്തികളോടുള്ള പ്രതിഷേധസൂചകമായി വലിയ ഒരു അഗ്നികുണ്ഡം സൃഷ്ടിച്ച് അതിൽ ഇംഗ്ലണ്ടിലെ മാഞ്ചെസ്റ്ററിലുണ്ടാക്കിയ വസ്ത്രങ്ങൾ കൂട്ടിയിട്ട് കത്തിച്ചു. സ്വദേശിവസ്തുപ്രചാരണസഭയുടെ അദ്ധ്യക്ഷനെന്ന നിലയിൽ തിലകൻ മഹാരാഷ്ട്രയുടെ വിവിധ ഭാഗങ്ങളിൽ ഇറക്കുമതി ചെയ്തിരുന്ന ചരക്കുകൾക്ക് പകരം സ്വദേശി ഉല്പന്നങ്ങൾ വിതരണം ചെയ്യുന്ന സ്വദേശിസഹകരണസ്റ്റോറുകളും സ്വദേശി മാർക്കറ്റുകളും തുറന്നു. ബോംബെയിലെ തുണിമില്ലുടമകളുമായി തിലകൻ നേരിട്ട് ചർച്ച നടത്തുകയും കഴിയുന്നത്ര കുറഞ്ഞവിലയ്ക്ക് സ്വദേശിവസ്ത്രങ്ങൾ ഉല്പാദിപ്പിച്ച് വില്ക്കാൻ അഭ്യർത്ഥിക്കുകയും ചെയ്തു. അദ്ദേഹം ഒരു സ്വദേശിനെയ്ത്തുകമ്പനി സ്ഥാപിക്കുന്നതിന് നേതൃത്വം കൊടുത്തു. ഇന്ത്യയിലെ തുണിത്തരങ്ങളെ വലിയ ഗ്ലാമറുള്ളവയോ മികച്ച സാങ്കേതികമേന്മ അവകാശപ്പെടാവുന്നവയോ ആയിരുന്നില്ല. എന്നാലവ തിരഞ്ഞെടുത്തതിനു പിന്നിൽ എല്ലാ ഇന്ത്യാക്കാരുടെയും ജീവിതത്തെ തൊട്ടുണർത്തിയ രാഷ്ട്രീയ കാരണങ്ങളുണ്ടായിരുന്നു. അഭ്യസ്തവിദ്യരായ മധ്യവർഗ്ഗത്തോടൊപ്പം കർഷകർക്കും തൊഴിലാളികൾക്കും ദേശീയപ്രസ്ഥാനത്തിൽ പ്രമുഖമായ പങ്കു വഹിക്കാനുണ്ടെന്ന് തിരിച്ചറിഞ്ഞത് തിലകനായിരുന്നു. കർഷകരോടുള്ള കോൺഗ്രസിന്റെ അവഗണനയിൽ അമർഷം പൂണ്ട് അദ്ദേഹം കേസരി പത്രത്തിൽ ഇപ്രകാരം എഴുതി:

> രാജ്യത്തിന്റെ മോചനം സാദ്ധ്യമാകുന്നതിന് ഇന്ത്യയുടെ ആത്മാവായ കർഷകരുടെ മേൽ നിലനില്ക്കുന്ന അവമതിപ്പിന്റെയും ആല

സ്യത്തിന്റെയും കാർമേഘങ്ങൾ നീക്കം ചെയ്യേണ്ടതുണ്ട്. ഈ മേഘങ്ങൾ നീങ്ങുന്നതിന് നമ്മൾ കർഷകരെ മനസ്സിലാക്കാൻ ശ്രമിക്കണം. നമ്മൾ അവരുടേതാണെന്നും അവർ നമ്മുടേതാണെന്നുമുള്ള തോന്നലുണ്ടാവണം. ഇത് ചെയ്യുമ്പോൾ മാത്രമാണ് കോൺഗ്രസിനെ അപമാനിക്കുന്നത് ഇന്ത്യക്കാരെ അപമാനിക്കുന്നതിന് തുല്യമാണെന്ന് സർക്കാരിന് തോന്നുകയുള്ളൂ. അപ്പോൾ മാത്രമാണ് കോൺഗ്രസ് നേതാക്കളുടെ അദ്ധ്വാനം വിജയിച്ചു എന്നുപറയാൻ കഴിയുകയുള്ളൂ.

ദേശീയവിദ്യാഭ്യാസത്തിന്റെ പ്രാധാന്യം

സ്വദേശിപ്രസ്ഥാനത്തിന്റെ ആത്മാവ് ദേശീയവിദ്യാഭ്യാസമാണെന്ന തിരിച്ചറിവ് തിലകനുണ്ടായിരുന്നു. നോബൽ പുരസ്കാര ജേതാവായ രവീന്ദ്രനാഥ ടാഗോർ ശാന്തിനികേതനത്തിലൂടെ ഇന്ത്യയുടെ ദേശീയവിദ്യാഭ്യാസരീതിക്ക് തുടക്കം കുറിച്ചു. വിദ്യാർത്ഥികളെ ക്ലാസുമുറികളിൽ തളച്ചിടാതെ പ്രകൃതിയുമായി ഇണങ്ങി ജീവിക്കുന്നതാണ് ശാന്തിനികേതനത്തിലെ ഗുരുകുല വിദ്യാഭ്യാസത്തിന്റെ സവിശേഷത. 1906 ൽ അരവിന്ദ ഘോഷ് പ്രിൻസിപ്പാളായി ബംഗാൾ നാഷണൽ കോളേജ് നിലവിൽ വന്നു. ദേശഭക്തിയും ഭാരതീയവീക്ഷണവും സ്വദേശിപ്രസ്ഥാനവും മാതൃഭാഷയിലുള്ള പഠനവും ദേശീയവിദ്യാഭ്യാസത്തിന്റെ മുഖ്യധാരകളായി അംഗീകരിക്കപ്പെട്ടു. ദേശീയ വിദ്യാഭ്യാസത്തിന്റെ പാഠ്യപദ്ധതിയിൽ ആധുനിക ശാസ്ത്രസാങ്കേതിക വിഷയങ്ങൾക്ക് അർഹമായ പരിഗണന നല്കുന്നതിനും തിലകൻ ശ്രദ്ധിച്ചിരുന്നു.

വിചാരണയും ശിക്ഷാവിധികളും

1896 ൽ പൂനയിൽ വ്യാപകമായ രീതിയിൽ 'പ്ലേഗ്' എന്ന മഹാമാരി പടർന്നുപിടിച്ച് ആളുകൾ കൂട്ടത്തോടെ മരിക്കാൻ തുടങ്ങി. പ്ലേഗ് രോഗികളുടെ ശരീരത്തിൽ കറുപ്പ് നിറം പടരുന്നത് കൊണ്ട് 'കറുത്ത മരണം' അഥവാ 'ബ്ലാക്ക് ഡെത്ത്' എന്നാണ് ആ മഹാമാരി അറിയപ്പെട്ടത്. ഈ പകർച്ചവ്യാധിയുടെ സാമൂഹ്യപ്രത്യാഘാതം മുൻകൂട്ടി മനസ്സിലാക്കിയ തിലകൻ പൂനയിൽ വന്നു താമസിക്കുകയും ആശുപത്രികൾ സ്ഥാപിച്ചു ജനങ്ങൾക്ക് ആശ്വാസം പകരുകയും ചെയ്തു. പ്ലേഗുരോഗം നിയന്ത്രിക്കാൻ അടിയന്തര നടപടികൾ കൈക്കൊള്ളണമെന്ന് തിലകൻ ബ്രിട്ടീഷുസർക്കാരിനോട് ആവശ്യപ്പെട്ടു എന്നാൽ ആളുകൾ മരിച്ചുവീഴുമ്പോഴും ബ്രിട്ടീഷ് സർക്കാർ വിക്ടോറിയ രാജ്ഞിയുടെ ഭരണത്തിന്റെ വജ്ര ജൂബിലി ആഘോഷങ്ങൾ കൊണ്ടാടുന്ന തിരക്കിലായിരുന്നു. പ്ലേഗു രോഗത്തിനെതിരെ ഫലപ്രദമായ ഒരു നടപടിയും സർക്കാർ സ്വീകരിച്ചില്ല. പ്ലേഗു പ്ലേഗ് ബാധ തടയാൻ പ്ലേഗ് നിരോധന കമ്മിറ്റിയുടെ ചെയർമാനായ ചാൾസ് റാൾ പട്ടാളത്തെയാണ് നിയോഗിച്ചത്. വീടു വീടാന്തരം കയറി

യിറങ്ങി പട്ടാളക്കാർ രോഗബാധിതരുടെ വീടുകൾ തീയിട്ട് നശിപ്പിച്ചു. പലരും വീടുവിട്ടോടി. സ്ത്രീകൾ മാനഭംഗത്തിനിരയായി. ഇതിൽ കുപിതരായി ചഫേക്കർ സഹോദരന്മാർ പൂനയിലെ പ്ലേഗ് നിരോധന കമ്മിറ്റിയുടെ ചെയർമാനായിരുന്ന ചാൾസ് റാണ്ടിനെയും പ്രസിഡന്റായിരുന്ന അയേർസ്റ്റിനെയും വെടിവച്ചുകൊന്നു. പൂനയിലെ ബ്രാഹ്മണർ തിലകനുമായി ചേർന്നു നടത്തിയ ഗൂഢാലോചനയുടെ ഫലമാണ് ഈ കൊലപാതകമെന്ന് ബ്രിട്ടീഷ് സർക്കാർ ആരോപിക്കുകയും രാജ്യദ്രോഹക്കുറ്റം ചുമത്തി തിലകനെ അറസ്റ്റു ചെയ്യുകയും ചെയ്തു. 18 മാസത്തെ കഠിന തടവിന് തിലകൻ ശിക്ഷിക്കപ്പെട്ടു. അക്കാലത്ത് അദ്ദേഹം ബോംബെ ലെജിസ്ലേറ്റീവ് കൗൺസിൽ അംഗമായിരുന്നു. 1897 ൽ അമരാവതിയിൽ ചേർന്ന കോൺഗ്രസ് സമ്മേളനത്തിൽ തിലകന്റെ ജയിൽവാസത്തെ സൂചിപ്പിച്ചുകൊണ്ട് 'രാജ്യം മുഴുവൻ അദ്ദേഹത്തിനു വേണ്ടി കണ്ണീർ പൊഴിക്കുന്നു' എന്ന് സുരേന്ദ്രനാഥ ബാനർജി പ്രസ്താവിച്ചപ്പോൾ മുഴുവൻ സമ്മേളനപ്രതിനിധികളും എഴുന്നേറ്റ് നിന്ന് കൈയടിക്കുകയും ആദരവ് പ്രകടിപ്പിക്കുകയും ചെയ്തു. 1898 ൽ ജയിൽമോചിതനായ തിലകന് ജനങ്ങൾ വൻ വരവേല്പ് നല്കി. ബ്രിട്ടീഷ് കൊളോണിയൽ വാഴ്ചക്കെതിരെ തിലകന്റെ നേതൃത്വത്തിൽ നടന്ന രാഷ്ട്രീയപ്രക്ഷോഭങ്ങളും ജയിലിൽ അനുഭവിക്കേണ്ടിവന്ന പീഡനങ്ങളും വലിയ ജനസമ്മതിയാണ് അദ്ദേഹത്തിന് നേടിക്കൊടുത്തത്. 'ലോകമാന്യ തിലകൻ' എന്ന് അദ്ദേഹം ജനങ്ങൾക്കിടയിൽ അറിയപ്പെടാൻ തുടങ്ങി. രാജ്യത്തിനു വേണ്ടി പലവട്ടം ജയിൽവാസം അനുഭവിച്ച ആദ്യത്തെ കോൺഗ്രസ് നേതാവ് തിലകനായിരുന്നു.

ദേശീയസ്വാതന്ത്ര്യസമരത്തിന് വിപ്ലവത്തിന്റെ പുതിയ മാനങ്ങൾ നല്കിക്കൊണ്ട് തീവ്രവാദി സംഘടനകളുടെ പ്രവർത്തനം യുവാക്കൾക്കിടയിൽ ഊർജ്ജിതമായി നടന്നു. ബംഗാൾ കേന്ദ്രമായി പ്രവർത്തിച്ച അനുശീലൻ, യുഗാന്തർ തുടങ്ങിയ വിപ്ലവസംഘടനകളും പഞ്ചാബ് കേന്ദ്രമായി ഭഗത്സിങ്ങിന്റെയും ചന്ദ്രശേഖർ ആസാദിന്റെയും നേതൃത്വത്തിൽ പ്രവർത്തിച്ച നവജവാൻ സഭയും, ഹിന്ദുസ്ഥാൻ റിപ്പബ്ലിക്കൻ ആർമിയും ബ്രിട്ടീഷുകാരെ കിടിലം കൊള്ളിക്കുകയും അഹിംസാവാദികളെ അലോസരപ്പെടുത്തുകയും ചെയ്യുന്ന പ്രവർത്തനങ്ങളിൽ മുഴുകി. മർദ്ദകവീരന്മാരായ പൊലീസ് ഉദ്യോഗസ്ഥരെയും ജനദ്രോഹികളായ ഓഫീസർമാരെയും ബോംബെറിയാനും വെടിവയ്ക്കാനും അവർ മുന്നോട്ട് വരികയും ദേശാഭിമാനികളായ ചെറുപ്പക്കാരുടെ ആദരവ് പിടിച്ചുപറ്റുകയും ചെയ്തു. വ്യക്തിഹത്യകളെയും ഭീകരപ്രവർത്തനങ്ങളെയും തിലകൻ ഒരിക്കലും ന്യായീകരിച്ചിരുന്നില്ല. എന്നാൽ ബ്രിട്ടീഷ് സാമ്രാജ്യത്തിന്റെ മർദ്ദന വാഴ്ചകളും പീഡനമുറകളും കൊണ്ട് പൊറുതിമുട്ടിയ ജനങ്ങൾ അത്തരം നടപടികൾക്കെതിരെ അക്രമത്തിന്റെ മാർഗ്ഗത്തിലൂടെ തിരിച്ചടിക്കുന്നത് വലിയ പാതകമായി അദ്ദേഹം കരുതിയില്ല. അക്രമം അധിക്ഷേപാർഹമാണെങ്കിലും അത് അനിവാര്യമാക്കുന്ന സാഹചര്യങ്ങളാണ് സർക്കാ

ലാലാലജ്പത്റായി, ബാലഗംഗാധര തിലകൻ, വിപിൻചന്ദ്രപാൽ

രിന്റെ കടന്നാക്രമണങ്ങൾമൂലം ഉണ്ടായത്. 1908 ൽ ബംഗാളിലെ തീവ്ര വാദികൾ മുസഫർപൂരിൽ രണ്ടു ബ്രിട്ടീഷ് വനിതകളെ ബോംബെറിഞ്ഞ് കൊലപ്പെടുത്തിയതിനെ ന്യായീകരിച്ച് *കേസരി* പത്രത്തിൽ 'ഇത് അന്തിമപരിഹാരമാകുന്നില്ല' എന്ന തലക്കെട്ടിൽ ലേഖനമെഴുതിയതിന് ബ്രിട്ടീഷ് ഗവൺമെന്റ് തിലകനെ രാജ്യദ്രോഹക്കുറ്റം ചുമത്തി ജയിലില ടച്ചു. മുഹമ്മദാലി ജിന്ന തിലകനു വേണ്ടി കോടതിയിൽ ഹാജരായി കേസു വാദിച്ചെങ്കിലും ജാമ്യം നിഷേധിക്കപ്പെട്ടു. ബോംബെ ഹൈക്കോ ടതിയിൽ മൂന്നാഴ്ച നീണ്ടു നിന്ന വിചാരണവേളയിൽ തിലകൻ പത്ര സ്വാതന്ത്ര്യത്തിന് കൂച്ചുവിലങ്ങിടുന്ന കൊളോണിയൽ നയങ്ങൾ തുറന്നു കാണിക്കുന്നതിനും സാമ്രാജ്യത്വകടന്നാക്രമണങ്ങളെ അനാവരണം ചെയ്യുന്നതിനും ഉതകുന്ന ശക്തമായ വാദമുഖങ്ങൾ ഉയർത്തിയെങ്കിലും ഇംഗ്ലീഷുകാരനായ ജസ്റ്റിസ് ഡാവർ ആറു വർഷത്തെ കഠിനതടവിന് ബർമ്മയിലേക്ക് നാടുകടത്താനുള്ള വിധി പുറപ്പെടുവിക്കുകയാണ് ചെയ്തത്. 1000 രൂപയുടെ പിഴയൊടുക്കാനും വിധിച്ചു. കോടതി വിധി യോട് തിലകൻ ഇപ്രകാരം പ്രതികരിച്ചു.

> ന്യായാധിപന്റെ വിധി തീർപ്പ് വന്നെങ്കിലും എനിക്ക് പറയാനുള്ളത് ഇത്രയുമാണ്. ഞാൻ നിരപരാധിയാണെന്ന് ഉറച്ച് വിശ്വസിക്കുന്നു. സംഭവങ്ങളുടെ ഗതി നിർണ്ണയിക്കുന്നതിനു പിന്നിൽ ഉന്നതശക്തി കൾ ഉണ്ട്. അത് ബ്രിട്ടീഷ് സാമ്രാജ്യത്വമാണ്, അവരുടെ ഇച്ഛക

ളാണ്. ഞാൻ പ്രതിനിധാനം ചെയ്യുന്ന ദേശീയ താല്പര്യങ്ങൾ ഞാൻ അനുഭവിക്കുന്ന പുറത്തെ സ്വാതന്ത്ര്യത്തേക്കാൾ എന്റെ അകത്തെ (ജയിലിലെ) സഹനം കൊണ്ട് കൂടുതൽ ശക്തിയോടെ വളർന്നുവരിക തന്നെ ചെയ്യും.

തിലകനെ ശിക്ഷിച്ചതിനെതിരെ വമ്പിച്ച ബഹുജനപ്രതിഷേധമാണ് ഇന്ത്യയിലെമ്പാടും ഉയർന്നുവന്നത്. ബോംബെയിലെ ടെക്സ്റ്റൈൽ തൊഴിലാളികളും റെയിൽവേ തൊഴിലാളികളും ഒന്നടങ്കം പണിമുടക്കുകയും പൊലീസുമായുണ്ടായ ഏറ്റുമുട്ടലിൽ പതിനാറ് തൊഴിലാളികൾ കൊല്ലപ്പെടുകയും ചെയ്തു. ഇന്ത്യൻ തൊഴിലാളിവർഗ്ഗം നടത്തിയ ആദ്യത്തെ രാഷ്ട്രീയപണിമുടക്ക് അതായിരുന്നു. റഷ്യയിലെ ബോൾഷെവിക് നേതാവായിരുന്ന ലെനിൻ ഈ പണിമുടക്കിനെ സ്വാഗതം ചെയ്തുകൊണ്ട് ഇപ്രകാരം എഴുതി. "ഇന്ത്യയിലും തൊഴിലാളിവർഗ്ഗം ബോധപൂർവ്വമുള്ള രാഷ്ട്രീയ ബഹുജനപ്രക്ഷോഭത്തിലേക്ക് വളർന്നിരിക്കുന്നു. ഇനി റഷ്യൻ രീതിയിലുള്ള ബ്രിട്ടീഷ് ഭരണത്തിന് ഇന്ത്യയിൽ രക്ഷയുണ്ടെന്ന് തോന്നുന്നില്ല." തിലകന്റെ അറസ്റ്റിനും ശിക്ഷാവിധിക്കും ശേഷവും ബ്രിട്ടീഷ് ഗവൺമെന്റ് ഇന്ത്യയിലെ പത്രസ്വാതന്ത്ര്യവും പൗരന്മാരുടെ അഭിപ്രായസ്വാതന്ത്ര്യവും നിയന്ത്രിക്കുന്ന നടപടികൾ കൂടുതൽ കർശനമാക്കുകയും ക്രിമിനലുകളെപ്പോലെ സ്വാതന്ത്ര്യസമരസേനാനികളെ ജയിലിലടയ്ക്കുകയും കഠിനമായി പീഡിപ്പിക്കുകയും ചെയ്തു.

മിതവാദികൾ 'രാജഭക്തന്മാർ'

മിതവാദികളായ ആദ്യകാല കോൺഗ്രസ് നേതാക്കൾക്ക് ബ്രിട്ടീഷ് ഭരണത്തിൽ നിന്ന് സ്വാതന്ത്ര്യം നേടുക എന്ന ലക്ഷ്യം തന്നെയുണ്ടായിരുന്നില്ല. അവർ നിലകൊണ്ടത് ഇന്ത്യയുടെ പൂർണ്ണസ്വാതന്ത്ര്യത്തിന് വേണ്ടിയായിരുന്നില്ല. അല്ലറചില്ലറ പരിഷ്കാരങ്ങൾക്കുവേണ്ടിയായിരുന്നു. ഡബ്ല്യു സി ബാനർജി, ഫിറോസ് ഷാ മേത്ത, ഗോപാലകൃഷ്ണ ഗോഖലെ, പണ്ഡിറ്റ് മാളവ്യ തുടങ്ങിയ ആദ്യകാല കോൺഗ്രസ് നേതാക്കൾ ബ്രിട്ടീഷുകാരോട് കൂറും രാജഭക്തിയും ഉള്ളവരായിരുന്നു. ബ്രിട്ടീഷുകാർക്ക് അനിഷ്ടം തോന്നാത്ത വിധത്തിൽ മിതമായ ആവശ്യങ്ങളാണ് കോൺഗ്രസ് ഉന്നയിച്ചിരുന്നത്. പ്രമേയങ്ങൾ വഴി അത്തരം ആവശ്യങ്ങളിലേക്ക് സർക്കാരിന്റെ ശ്രദ്ധ ക്ഷണിക്കുകയും പരാതികൾ ബോധിപ്പിച്ച് പരിഹാരത്തിനായി കാത്തിരിക്കുകയും ചെയ്യുക എന്നല്ലാതെ ക്രിയാത്മകമായി എന്തെങ്കിലും ചെയ്യാൻ കോൺഗ്രസ് നേതാക്കൾ തയ്യാറായിരുന്നില്ല. ബ്രിട്ടീഷുകാരുടെ ലിബറൽ രാഷ്ട്രീയത്തോട് അവർക്ക് അതിരുകവിഞ്ഞ വിശ്വാസമുണ്ടായിരുന്നു. ഇന്ത്യയുടെ ദരിദ്രവല്ക്കരണത്തിന് കാരണമായ പ്രസിദ്ധമായ ചോർച്ചാ സിദ്ധാന്തം (Drain theory) ആവിഷ്ക്കരിച്ച 'ഇന്ത്യയുടെ വന്ദ്യവയോധികൻ' ദാദാഭായ് നവറോജി പോലും താൻ 'രാജഭക്ത'നാണ് എന്ന് തുറന്നു പറയാൻ വിമുഖത കാണിച്ചിരുന്നില്ല.

ബ്രിട്ടീഷ് കൊളോണിയൽ ഭരണത്തിൽ എല്ലാം ക്ഷമയോടെ സഹിച്ച് അടങ്ങിയൊതുങ്ങി ജീവിക്കാനാണ് മിതവാദികൾ ഇന്ത്യയിലെ ജനങ്ങളെ ഉദ്ബോധിപ്പിച്ചത് ഇതിനെതിരായ പോരാട്ടത്തിനാണ് തിലകൻ നേതൃത്വം നല്കിയത്.

തീവ്രദേശീയത ശക്തിപ്പെടുന്നു

കോൺഗ്രസിലെ ഊർജ്ജസ്വലരായ ദേശീയവാദികൾ ബാലഗംഗാധര തിലകന്റെ നേതൃത്വത്തിൽ കൊളോണിയൽ വാഴ്ചക്കെതിരെയും രാജ്യത്തിന്റെ സ്വാതന്ത്ര്യത്തിനുവേണ്ടിയും ധീരമായി പോരാടാൻ രംഗത്തിറങ്ങണമെന്ന് ആഹ്വാനംചെയ്തു. *കേസരി* പത്രത്തിലൂടെ ആത്മാഭിമാനത്തിന്റെയും ദേശാഭിമാനത്തിന്റെയും സന്ദേശം ജനങ്ങളിൽ പ്രചരിപ്പിച്ചു. ദേശീയബോധം അഭ്യസ്തവിദ്യരായ മദ്ധ്യവർഗ്ഗത്തിൽ ഒതുക്കി നിർത്താതെ തൊഴിലാളികളും കർഷകരും അടങ്ങുന്ന സാധാരണജനങ്ങളിൽ വ്യാപിപ്പിക്കാനുള്ള പരിശ്രമങ്ങൾ ആരംഭിച്ചു. ബ്രിട്ടീഷ് ഭരണത്തിന്റെ സാമ്പത്തികമായ ഊറ്റിയെടുക്കലിന്റെ (economic drain) ഏറ്റവും വലിയ ഇരകൾ ദരിദ്രനാരായണന്മാരായ സാധാരണക്കാരായിരുന്നു. അതുകൊണ്ടുതന്നെ ദരിദ്രജനവിഭാഗങ്ങളുടെ പ്രശ്നങ്ങൾ കൊളോണിയലിസത്തിനെതിരായ സമരങ്ങൾ ശക്തിപ്പെടുത്താനുള്ള നിർണ്ണായകകാരണമായി ഉയർത്തിക്കൊണ്ടുവരാൻ തിലകൻ പരിശ്രമിച്ചു. രാഷ്ട്രീയപ്രവർത്തനം കോൺഗ്രസിന്റെ വാർഷികസമ്മേളങ്ങളിൽ മാത്രം ഒതുങ്ങി നില്ക്കാതെ നിരന്തരവും നിർഭയവുമായ ഒരു പ്രവർത്തനശൈലി രൂപപ്പെടുത്തിയെടുക്കുന്നതിന് തിലകൻ നേതൃത്വം നല്കി. ആ ദിശയിലുള്ള പ്രവർത്തനങ്ങൾക്ക് ലാലാ ലജ്പത് റായ്, ബിപിൻ ചന്ദ്രപാൽ, അരവിന്ദ ഘോഷ് എന്നിവർ അദ്ദേഹത്തിന് സർവ്വപിന്തുണയും നല്കിയിരുന്നു. കോൺഗ്രസ് പാർട്ടിയെ അതിതീക്ഷ്ണവും സംഘടിതവുമായ രാഷ്ട്രീയസമരത്തിലേക്ക് തിലകൻ നയിക്കുകയും സ്വാതന്ത്ര്യം പിടിച്ചു വാങ്ങുവാനുള്ള തന്ത്രങ്ങൾ ആസൂത്രണം ചെയ്യുകയും ചെയ്തു.

'സ്വരാജ് എന്റെ ജന്മാവകാശമാണ്'

ദേശീയപ്രസ്ഥാനത്തിന്റെ സിരാകേന്ദ്രമായ ബംഗാളിനെ വിഭജിച്ചാൽ സ്വാതന്ത്ര്യസമരത്തെ ദുർബ്ബലമാക്കാമെന്നാണ് ബ്രിട്ടീഷ് സർക്കാർ കണക്കുകൂട്ടിയത്. 1905 ലെ ബംഗാൾവിഭജനത്തിനെതിരായി ഉയർന്നുവന്ന പ്രക്ഷോഭസമരം വിജയിക്കുകയും അതിന്റെ തുടർച്ചയായി പ്രത്യയശാസ്ത്രപരമായ ഊർജ്ജം പകർന്നുകൊണ്ട് സ്വദേശി പ്രസ്ഥാനം ആരംഭിക്കുകയും ചെയ്തു. മിതവാദികളായ ദേശീയനേതാക്കൾ സ്വദേശിപ്രസ്ഥാനവും വിദേശചരക്കുകളുടെ ബഹിഷ്കരണവും ബംഗാളിൽ മാത്രമായി ഒതുക്കി നിർത്താൻ ശ്രമിച്ചുവെങ്കിലും തിലകന്റെ നേതൃത്വത്തിലുള്ള തീവ്രദേശീയവാദികൾ ഈ രണ്ടു പ്രസ്ഥാനങ്ങളും ഇന്ത്യയാകെ വ്യാപിപ്പിക്കുകയും അതിന്റെ പിറകിൽ വൻതോതിൽ അഭ്യസ്തവിദ്യരായ ജന

ങ്ങളെ അണിനിരത്തുകയും ചെയ്തു. 1906 ലെ കൽക്കത്ത കോൺഗ്രസ് സമ്മേളനത്തിൽ സ്വരാജ് ഇന്ത്യയുടെ ലക്ഷ്യമാണെന്ന് പ്രഖ്യാപിച്ചു. സ്വദേശിപ്രസ്ഥാനത്തിനു പുറമെ സ്വയംഭരണാവകാശത്തിനും വിദേശ ഉല്പന്നങ്ങളുടെ ബഹിഷ്കരണത്തിനും ദേശീയവിദ്യാഭ്യാസത്തിനും ആഹ്വാനം ചെയ്യുന്ന പ്രമേയങ്ങളും സമ്മേളനം അംഗീകരിച്ചു. തുടർന്നുള്ള ഒരു വർഷക്കാലം ഇതെങ്ങനെ നടപ്പാക്കുമെന്നതിനെച്ചൊല്ലിയായിരുന്നു കോൺഗ്രസിലെ മിതവാദികളും തീവ്രവാദികളും തമ്മിലുള്ള ആശയസമരം. സ്വദേശിപ്രസ്ഥാനത്തിന്റെ ഏറ്റവും ശക്തനായ നേതാവായിരുന്നു തിലകൻ. "സ്വരാജ്യം എന്റെ ജന്മാവകാശമാണ്, ഞാൻ അത് നേടുകയും ചെയ്യും." എന്ന അദ്ദേഹത്തിന്റെ പ്രഖ്യാപനം ആലസ്യത്തിൽ ആണ്ടുപോയ ഇന്ത്യൻ ജനതയെ തട്ടിയുണർത്താൻ പര്യാപ്തമായിരുന്നു. സ്വദേശിപ്രസ്ഥാനത്തിന്റെ പ്രാധാന്യം തിലകൻ *കേസരി* പത്രത്തിൽ ഇപ്രകാരമാണ് വിശദീകരിച്ചത്.

> നമ്മുടെ രാഷ്ട്രം ഒരു മഹാവൃക്ഷമാണ്. അതിന്റെ തായ്ത്തടിയത്രെ സ്വരാജ്. സ്വദേശിപ്രസ്ഥാനവും വിദേശിബഹിഷ്കരണവുമാണ് നമ്മെ സ്വരാജിലേക്ക് എത്തിക്കുക. അതുകൊണ്ടാണ് അതിനെ ബംഗാൾ വിഭജനവിരുദ്ധപ്രക്ഷോഭമെന്ന പരിമിതരൂപത്തിൽ നിന്ന് വിപുലപ്പെടുത്തി എല്ലാ രൂപത്തിലുമുള്ള വിദേശാധിപത്യത്തിനും എതിരായുള്ള സുശക്തമായ പ്രസ്ഥാനമായി വളർത്തിക്കൊണ്ടു വരണമെന്ന് പറയുന്നത്. വിദേശബഹിഷ്കരണമെന്നുവെച്ചാൽ സ്കൂളുകളും ബ്രിട്ടീഷുചരക്കുകളും ബഹിഷ്കരിക്കൽ മാത്രമല്ല, കോടതികളും മുനിസിപ്പാലിറ്റികളും നിയമസഭകളുമെല്ലാം ബഹിഷ്കരിക്കലാണ്. കണിശമായ അർത്ഥത്തിൽ ഗവൺമെന്റുമായുള്ള എല്ലാ ബന്ധങ്ങളും മുറിച്ചുകളയലാണ്. ബ്രിട്ടീഷ്മാന്യതയുടെ തായ്‌വേര് അറുത്തുകളഞ്ഞ് അതിനെക്കുറിച്ചുള്ള എല്ലാ ഭ്രമവും ആരാധനയും അവസാനിപ്പിക്കണം. ഇന്ത്യയെ ചൂഷണം ചെയ്യാൻ ബ്രിട്ടീഷ് വ്യാപാരികളെ അനുവദിക്കാതിരിക്കുക. ഇന്ത്യക്കാരെ അടിച്ചമർത്താൻ ബ്രിട്ടീഷ് ഉദ്യോഗസ്ഥദുഷ്പ്രഭുത്വത്തിനു കൂട്ടുനില്ക്കാതിരിക്കുക. അങ്ങനെ സംഘടിതരൂപത്തിലുള്ള നിസ്സഹകരണംകൊണ്ട് ബ്രിട്ടീഷുകാർക്ക് ഭരണം അസാദ്ധ്യമാക്കുക.

കോൺഗ്രസിൽ അഭിപ്രായവ്യത്യാസവും പുനരേകീകരണവും

1907 ലെ സൂററ്റ് കോൺഗ്രസിൽവച്ച് സ്വദേശിപ്രസ്ഥാനത്തിന്റെ വ്യാപനത്തെച്ചൊല്ലിയും അടവുകളെക്കുറിച്ചും കോൺഗ്രസിലെ മിതവാദികളും തീവ്രവാദികളും തമ്മിൽ അഭിപ്രായവ്യത്യാസം മൂർച്ഛിക്കുകയും അത് കോൺഗ്രസിന്റെ പിളർപ്പിലേക്കും വഴിപിരിയലിലേക്കും നയിക്കുകയും ചെയ്തു. തീവ്രദേശീയവാദികളെ അവർ എത്ര ഉന്നതരായാലും, കോൺഗ്രസിന്റെ ഔദ്യോഗികപദവികളിൽ നിന്ന് ഒഴിവാക്കി നിർത്തിയി

രുന്നു. ബാലഗംഗാധര തിലകന് ഒരിക്കലും കോൺഗ്രസിന്റെ പ്രസിഡന്റ് പദവി അലങ്കരിക്കാൻ അവസരം നല്കിയില്ല. സ്ഥാനമാനങ്ങൾക്കുവേണ്ടി കോൺഗ്രസിലെ മിതവാദിനേതാക്കളുമായി വിട്ടുവീഴ്ചക്കൊരുങ്ങുന്നതിന് തിലകൻ തയ്യാറായതുമില്ല.

കോൺഗ്രസുമായുള്ള തെറ്റിപ്പിരിയലും അഭിപ്രായവ്യത്യാസങ്ങളും ഒരു പതിറ്റാണ്ടുകാലം തുടർന്നെങ്കിലും ഒന്നാം ലോകമഹായുദ്ധത്തിന്റെ പശ്ചാത്തലത്തിൽ മുമ്പ് സ്വീകരിച്ചിരുന്ന തീവ്രനിലപാടുകളിൽ അയവു വരുത്തുന്നതിന് തിലകൻ തയ്യാറായി. ബ്രിട്ടീഷ് ഗവൺമെന്റുമായി സോപാധികസഹകരണത്തിന് തിലകൻ മുന്നോട്ടുവരികയും ഒന്നാം ലോകമഹായുദ്ധത്തിൽ ബ്രിട്ടീഷ്സർക്കാരിന് ഇന്ത്യയിലെ ജനങ്ങളുടെ പിന്തുണ പ്രഖ്യാപിക്കുകയും ചെയ്തു. ഈ പിന്തുണയ്ക്കുള്ള പ്രതിഫലമെന്ന നിലയ്ക്ക് ബ്രിട്ടീഷുകാർ ഇന്ത്യക്ക് സ്വയംഭരണം അനുവദിക്കുന്നതിനുള്ള നടപടികൾ ആരംഭിക്കുമെന്നു തിലകൻ പ്രതീക്ഷിച്ചിരുന്നു. എന്നാൽ, യുദ്ധത്തിന് ശേഷവും ബ്രിട്ടൻ ഇന്ത്യയിലെ ജനങ്ങളോട് അനുവർത്തിച്ചുവന്ന അടിച്ചമർത്തൽ നിലപാടിന് ഒരു കുറവും വരുത്തിയില്ല. റൗലറ്റ് ആക്ടും ജാലിയൻ വാലാബാഗ് കൂട്ടക്കൊലയും യുദ്ധത്തിനു ശേഷമുണ്ടായ കടന്നാക്രമണങ്ങളാണ്. കോൺഗ്രസിനകത്തെ സാമ്രാജ്യത്വക്കൂറുള്ള മിതവാദികൾക്കുപോലും ശക്തമായ സമരങ്ങൾകൊണ്ടു മാത്രമേ നിഷ്ഠുരമായ കൊളോണിയൽ വാഴ്ചയ്ക്ക് അന്ത്യം കുറിക്കാൻ കഴിയുകയുള്ളൂവെന്ന് ബോദ്ധ്യപ്പെട്ടിരുന്നു. കോൺഗ്രസിലെ ഇരു വിഭാഗങ്ങളുടെയും പുനരൈക്യത്തിനാണ് ഇത് വഴി തുറന്നത്. സൂററ്റിലെ തെറ്റിപ്പിരിയലിന് ശേഷം 1916 ലെ ലക്നൗ സമ്മേളനത്തിൽ കോൺഗ്രസിലെ ഇരു ചിന്താഗതിക്കാരും തമ്മിലുള്ള യോജിപ്പിന് വേദിയായി. കോൺഗ്രസിലെ പുനരൈക്യത്തെപ്പറ്റി *ഗാന്ധിയും ഗാന്ധിസവും* എന്ന പുസ്തകത്തിൽ ഇ എം എസ് ഇങ്ങനെ വിലയിരുത്തുകയുണ്ടായി.

> എന്നാൽ തെറ്റിപ്പിരിയലിന് ഇടയാക്കിയ പ്രധാനഹേതു ദീർഘകാലം നിലനിന്നില്ല. എന്തുകൊണ്ടെന്നാൽ കൊളോണിയൽ ലോകത്തെയാകെ ഇളക്കിമറിച്ചതും ഏഷ്യയിലെ പല രാജ്യങ്ങളിലും ദേശീയസ്വാതന്ത്ര്യസമരങ്ങളുടെ വളർച്ചയ്ക്ക് വഴിയൊരുക്കിയതും ആയ ഒന്നാം ലോകമഹായുദ്ധം കാരണം സൂററ്റ് കോൺഗ്രസ് നടന്നപ്പോൾ നിന്നിരുന്നിടത്ത് ഏറെ നില്ക്കാൻ മിതവാദികൾക്കുപോലും കഴിയാതായി. എല്ലാ ജനങ്ങൾക്കും സ്വയം നിർണ്ണയാവകാശം കൊടുക്കണമെന്ന് സഖ്യകക്ഷിനേതാക്കൾ ഉയർത്തിയ മുദ്രാവാക്യവും ലോകമഹായുദ്ധകാലത്ത് ലോകമാസകലമുള്ള കൊളോണിയൽ ആശ്രിതജനവിഭാഗങ്ങളിലുണ്ടായ സാമ്രാജ്യത്വവിരുദ്ധവികാരങ്ങളും നമ്മുടെ രാജ്യത്തെ ബൂർഷ്വാസികൾക്കിടയിലെ ഏറ്റവും സാമ്രാജ്യത്വക്കൂറുള്ളതും ഏറ്റവും മിതവാദികളുമായ രാഷ്ട്രീയനേതാക്കന്മാരിൽപ്പോലും പത്ത് വർഷം മുമ്പ് തീവ്രവാദികൾ സ്വീകരിക്കുന്ന മാർഗ്ഗങ്ങൾ സ്വീകരിച്ചെങ്കിൽ

മാത്രമെ തങ്ങൾക്ക് രാഷ്ട്രീയമായി ശക്തിയാർജ്ജിക്കുന്നതിന് സാധിക്കുകയുള്ളൂ എന്ന വിശ്വാസം ജനിപ്പിച്ചു.

സുദീർഘമായ ജയിൽവാസം കഴിഞ്ഞ് 1914 ൽ ഇന്ത്യയിൽ തിരിച്ചെത്തിയ തിലകൻ തന്റെ തീവ്രവാദനിലപാടുകളിൽ അയവ് വരുത്തുന്നതിന് തയ്യാറായി. തീവ്രദേശീയവാദികളുടെ നേതൃത്വത്തിൽ നടന്ന സമാധാനപരമല്ലാത്ത സമരങ്ങളെ അദ്ദേഹം തള്ളിപ്പറയുകയും അത് ദേശീയപ്രസ്ഥാനത്തെ ദുർബ്ബലപ്പെടുത്തിയതായി പ്രസ്താവന പുറപ്പെടുവിക്കുകയും ചെയ്തു. ഇന്ത്യൻ നാഷണൽ കോൺഗ്രസും മുസ്ലീം ലീഗും തമ്മിലുള്ള തർക്കം പരിഹരിച്ച് ഒരൊത്തുതീർപ്പിൽ എത്തിച്ചേരാനും തിലകൻ നേതൃത്വം കൊടുത്തു. അതുപ്രകാരം മുസ്ലീംലീഗ്, സ്വരാജ് (ഹോംറൂൾ) എന്ന കോൺഗ്രസിന്റെ മുദ്രാവാക്യം അംഗീകരിക്കുകയും പകരം കോൺഗ്രസ് മുസ്ലീങ്ങൾക്ക് പ്രത്യേക ഇലക്ടറേറ്റ് എന്ന ആവശ്യത്തോട് യോജിക്കുകയും ചെയ്തു. ദേശീയ പ്രസ്ഥാനത്തിന്റെ വികാസത്തിലെ ശ്രദ്ധേയമായ ഒരു നാഴികക്കല്ലായി ചരിത്രകാരനായ ഇർഫാൻ ഹബീബ് ഈ ഒത്തുതീർപ്പിനെ വിശേഷിപ്പിക്കുന്നു. മുസ്ലീങ്ങൾക്ക് പ്രത്യേക ഇലക്ടറേറ്റ് എന്ന വാദം വികസിച്ചാണ് മുസ്ലീങ്ങൾക്ക് പ്രത്യേക രാഷ്ട്രം എന്ന വാദം മുഹമ്മദാലി ജിന്ന ഉന്നയിക്കുന്നതും അത് ഇന്ത്യയുടെ വിഭജനത്തിൽ പര്യവസാനിക്കുന്നതും. ഇതിന് ബ്രിട്ടീഷ് ഗവൺമെന്റിന്റെ പ്രോത്സാഹനവും സഹകരണവും ലഭിച്ചു. ഇതിനെതിരെ ഉയർന്നുവന്ന വിമർശനങ്ങൾക്ക് മറുപടിയായി തിലകൻ പ്രസ്താവിച്ചത് പ്രാദേശികസ്വയംഭരണം മുസ്ലീം ജനവിഭാഗത്തിന് നല്കുന്നതിനെ താൻ എതിർക്കുകയില്ല എന്നായിരുന്നു. സ്വാതന്ത്ര്യസമരത്തിൽ കൊളോണിയൽ ശക്തികളുടെ ഭിന്നിപ്പിക്കൽ തന്ത്രങ്ങൾക്കെതിരെ ഹിന്ദു-മുസ്ലീം ഐക്യത്തിന്റെ കൊടിക്കൂറ ഉയർത്തിപ്പിടിക്കേണ്ടതുണ്ട് എന്ന് ഉദ്ബോദിപ്പിച്ച നേതാവായിരുന്നു തിലകൻ. ഒരു സമുദായത്തെ മറ്റൊരു സമുദായത്തിനെതിരെ അണിനിരത്താനുള്ള മാർഗ്ഗമായി മതവർഗ്ഗീയതയെ ബ്രിട്ടീഷ് ഭരണാധികാരികൾ തന്ത്രപൂർവ്വം ഉപയോഗിച്ചിരുന്നു.

ഹോം റൂൾ പ്രസ്ഥാനം

കോൺഗ്രസിലെ മിത-തീവ്രവാദി വിഭാഗങ്ങളുടെ പുനരേകീകരണത്തിന് ഹോം റൂൾ പ്രസ്ഥാനത്തിന്റെ ജനയിതാവായി ഇന്ത്യൻ സ്വാതന്ത്ര്യസമരത്തിൽ ഗണ്യമായ പങ്കുവഹിച്ച ആനിബസന്റിന്റെ ശക്തമായ പിന്തുണയുണ്ടായിരുന്നു. ആനിബസന്റിന്റെയും തിലകന്റെയും നേതൃത്വത്തിൽ ഹോം റൂൾ ലീഗുകൾ രണ്ടുകൈവഴികളായി പ്രവർത്തിച്ചുവരികയായിരുന്നു. ഐറിഷ് ഹോംറൂൾ ലീഗുകളുടെ മാതൃകയിലാണ് അവയുടെ പ്രവർത്തനം ചിട്ടപ്പെടുത്തിയിരുന്നത്. തിലകന്റെ ഹോം റൂൾ ലീഗുകൾ മുഖ്യമായും മഹാരാഷ്ട്ര, കർണ്ണാടക, സെൻട്രൽ പ്രോവിൻസുകൾ എന്നിവിടങ്ങളിലാണ് ഊർജ്ജിതമായി പ്രവർത്തിച്ചിരുന്നത്. ഹോംറൂൾ

പ്രസ്ഥാനത്തിന്റെ ഉദ്ദേശ്യലക്ഷ്യങ്ങൾ വിശദീകരിച്ചുകൊണ്ട് തിലകൻ മഹാരാഷ്ട്രയിലെമ്പാടും പര്യടനം നടത്തി. ബ്രിട്ടനിൽ നിന്നുള്ള അധികാരക്കൈമാറ്റത്തിന് കാലതാമസം വരുന്നതിനെ സൂചിപ്പിച്ചുകൊണ്ട് അദ്ദേഹം എഴുതി. “ഭാരതം വളർന്ന് പ്രായപൂർത്തിയായ മകനെപ്പോലെയാണ്. രക്ഷിതാവ് അല്ലെങ്കിൽ പിതാവ് മകന് കൊടുക്കാനുള്ള ന്യായമായ വിഹിതം കൊടുക്കാൻ സമയമായി.” എന്നാൽ ബ്രിട്ടീഷുകാർ അധികാരക്കൈമാറ്റത്തെക്കുറിച്ചു ചിന്തിക്കാൻ പോലും തയ്യാറായിരുന്നില്ല. തിലകന്റെ നേതൃത്വത്തിലുള്ള ഹോംറൂൾ ലീഗുകൾ കോൺഗ്രസിന്റെ ലക്നൗ സമ്മേളനത്തിന് മിഴിവ് പകർന്നു. സമ്മേളനപ്പന്തലുകൾ ഹോംറൂൾ വാളണ്ടിയർമാരുടെ സാന്നിദ്ധ്യംകൊണ്ട് ശ്രദ്ധേയമായി 1917 ൽ കൽക്കത്തയിൽ ചേർന്ന കോൺഗ്രസ് സമ്മേളനത്തിൽ തിലകന്റെ നിർദ്ദേശമനുസരിച്ച് ആനിബസന്റിനെ കോൺഗ്രസ് പ്രസിഡന്റായി തിരഞ്ഞെടുത്തു. ഒരു വിദേശവനിത കോൺഗ്രസിന്റെ പ്രസിഡന്റായി സ്ഥാനമേറ്റത് ആദ്യമായിട്ടായിരുന്നു.

മാതൃഭാഷയിലെ വിദ്യാഭ്യാസം

‘പൂർണ്ണസ്വരാജ്’ എന്ന ആവശ്യം ഉന്നയിക്കുമ്പോഴും തിലകൻ ഗാന്ധിജിയെപ്പോലെ ഭാഷാസംസ്ഥാനങ്ങൾക്കുവേണ്ടിയും മാതൃഭാഷയിലെ വിദ്യാഭ്യാസത്തിനു വേണ്ടിയും ശക്തമായി നിലകൊണ്ടു. സാംസ്കാരികമായ ഏകതാബോധത്തിലേക്ക് ജനങ്ങളെ നയിക്കുന്നതിൽ മാതൃഭാഷയ്ക്കുള്ള നിർണ്ണായക പങ്ക് അദ്ദേഹം ചൂണ്ടിക്കാട്ടിയിരുന്നു. രാഷ്ട്രമെന്ന സങ്കല്പം യാഥാർത്ഥ്യമാകുന്നതിന് പ്രേരകമായ നിർണ്ണായകഘടകങ്ങളിൽ ഒന്നാണ് മാതൃഭാഷ. “ഇംഗ്ലീഷുകാർ തങ്ങളുടെ പൗരന്മാരെ ഫ്രഞ്ചു ഭാഷയോ ജർമ്മൻകാർ ഇംഗ്ലീഷുഭാഷയോ പഠിപ്പിക്കുന്നില്ല. എങ്കിൽപ്പിന്നെ ഇന്ത്യാക്കാർ ഇംഗ്ലീഷ് ഭാഷ പഠിപ്പിക്കണമെന്ന് നിർബ്ബന്ധം പിടിക്കുന്നതിന് എന്തു ന്യായമാണുള്ളത്” തിലകൻ ചോദിച്ചു. ഇംഗ്ലീഷിനു രണ്ടാംസ്ഥാനം നല്കിയാൽ മതി എന്ന അഭിപ്രായക്കാരനായിരുന്നു തിലകൻ. മാതൃഭാഷയെ വെടിഞ്ഞ് ഇംഗ്ലീഷ് ഭാഷയോടുള്ള ഭ്രമം ഇപ്പോഴും നമ്മുടെ സമൂഹത്തിൽ തുടരുകയാണ്.

‘ഇന്ത്യൻ അസ്വസ്ഥതയുടെ പിതാവ്’

ബ്രിട്ടീഷ് ചരിത്രകാരന്മാരിൽ പലരും തിലകന്റെ രാജ്യസ്നേഹത്തിന്റെ മഹത്ത്വം മനസ്സിലാക്കുന്നതിൽ പരാജയപ്പെട്ടവരായിരുന്നു. ബ്രിട്ടീഷുകാർക്കെതിരായി ജനങ്ങളെ കലാപത്തിന് പ്രേരിപ്പിക്കുന്ന ‘രാജ്യദ്രോഹി’ ആയിട്ടാണ് അവർ അദ്ദേഹത്തെ നോക്കിക്കണ്ടത്. ചരിത്രകാരനും പത്രപ്രവർത്തകനുമായ സർ വാലന്റൈൻ ഷിറോൾ ഇന്ത്യയിൽ വരികയും തിലകന്റെ നേതൃത്വത്തിൽ ഇന്ത്യയിലെ ദേശീയപ്രസ്ഥാനം നടത്തുന്ന കൊളോണിയൽ വിരുദ്ധ പോരാട്ടങ്ങളെക്കുറിച്ച് പഠിക്കുകയും ചെയ്തു. തിലകന്റെ പ്രശസ്തിയെ കളങ്കപ്പെടുത്താൻ ഷിറോൾ *ഇന്ത്യൻ*

അൺറെസ്റ്റ് എന്ന ഗ്രന്ഥമെഴുതുകയും അതിൽ തിലകനെ 'ഇന്ത്യൻ അസ്വസ്ഥതയുടെ പിതാവ്' എന്ന് വിശേഷിപ്പിക്കുകയും ചെയ്തു. ഇത് അപകീർത്തികരമായി തോന്നിയ തിലകൻ ഇംഗ്ലണ്ടിൽ പോവുകയും അദ്ദേഹത്തിനെതിരെ ബ്രിട്ടീഷ് കോടതിയിൽ മാനനഷ്ടക്കേസ് ഫയൽ ചെയ്യുകയും ചെയ്തു. കേസു തോറ്റുപോയെങ്കിലും വിചാരണവേളയിൽ ഇന്ത്യൻ ജനതയുടെ ദരിദ്രവല്ക്കരണവും നിഷ്ഠൂരമായ കൊളോണിയൽ ചൂഷണവും ഇംഗ്ലണ്ടിലെ ജനങ്ങൾക്കു മുമ്പിൽ തുറന്നു കാണിക്കാൻ തിലകന് കഴിഞ്ഞു.

കോൺഗ്രസ് വർക്കിങ് കമ്മിറ്റി രൂപീകരണം

ഇന്ത്യൻ നാഷണൽ കോൺഗ്രസിന് ദേശീയ തലത്തിൽ ഒരു വർക്കിങ് കമ്മിറ്റി രൂപീകരിക്കണമെന്ന ആശയം ആദ്യമായി മുന്നോട്ട് വച്ചത് തിലകനായിരുന്നു. കോൺഗ്രസ് സമ്മേളനങ്ങൾ അംഗീകരിക്കുന്ന പ്രമേയങ്ങൾ നടപ്പിലാക്കുന്നതിനും കോൺഗ്രസിന്റെ ദൈനംദിന പ്രവർത്തനങ്ങൾക്കും കോൺഗ്രസ് അദ്ധ്യക്ഷനെ സഹായിക്കുന്നതിന് സമുന്നതരായ നേതാക്കൾ ഉൾപ്പെടുന്ന ഉന്നതാധികാരസമിതി ഗുണം ചെയ്യുമെന്ന് അദ്ദേഹം നിർദ്ദേശിച്ചു. ആദ്യം ഈ നിർദ്ദേശം അംഗീകരിക്കപ്പെട്ടില്ലെങ്കിലും 1920 ൽ മഹാത്മാഗാന്ധി കോൺഗ്രസിന്റെ ഭരണഘടന പരിഷ്കരിച്ചപ്പോൾ കോൺഗ്രസ് വർക്കിങ് കമ്മിറ്റി രൂപീകരിക്കാനുള്ള തിലകന്റെ നിർദ്ദേശം അംഗീകരിക്കപ്പെട്ടു. കോൺഗ്രസിന്റെ സംഘടന ചട്ടക്കൂടിൽ അതിപ്പോഴും തുടരുന്നു. തിലകന്റെ സംഘടനാപരമായ ഉൾക്കാഴ്ചയാണ് ഈ നിർദ്ദേശത്തിന്റെ പുറകിലുണ്ടായിരുന്നത്.

സാമൂഹ്യപരിഷ്കരണ രംഗത്ത് മിതവാദി

തിലകൻ തത്ത്വജ്ഞാനിയും മതഗ്രന്ഥങ്ങളിൽ പണ്ഡിതനുമായ ഒരു ദേശീയവാദിയായിരുന്നു. രാഷ്ട്രീയത്തിൽ തീവ്രവാദിയായി അറിയപ്പെട്ടിരുന്ന തിലകൻ പക്ഷേ, സാമൂഹ്യപരിഷ്കരണരംഗത്ത് അയവുള്ള നയം സ്വീകരിച്ച മിതവാദിയായിരുന്നു. ഉച്ചനീചത്വങ്ങളും അയിത്താചാരങ്ങളും നിലനില്ക്കുന്ന ഇന്ത്യയിൽ സാമൂഹ്യപരിഷ്കരണത്തിന്റെ പ്രാധാന്യം അദ്ദേഹം പൂർണ്ണമായി ഉൾക്കൊണ്ടിരുന്നില്ല. സാമൂഹ്യപരിഷ്കരണം ലക്ഷ്യമാക്കിയുള്ള നിയമനിർമ്മാണം നടത്താൻ ബ്രിട്ടീഷ് സർക്കാരിന് യാതൊരുവിധ അവകാശവുമില്ല എന്ന പക്ഷക്കാരനായിരുന്നു തിലകൻ. ജനങ്ങളിൽ വേണ്ടത്ര ബോധവല്ക്കരണം നടത്തി അവരുടെ കൂടി അംഗീകാരത്തോടെ ദേശീയ ഗവൺമെന്റിനല്ലാതെ അത്തരം നിയമനിർമ്മാണം നടത്താൻ അധികാരമില്ലെന്ന നിലപാട് അദ്ദേഹത്തിനുണ്ടായിരുന്നു. എന്നാൽ, ഹിന്ദുക്കൾക്കിടയിൽ ബാല്യവിവാഹം തടയണമെന്നും വിധവാപുനർവിവാഹവും സ്ത്രീ വിദ്യാഭ്യാസവും പ്രോത്സാഹിപ്പിക്കണമെന്നും അദ്ദേഹം ആഗ്രഹിച്ചിരുന്നു.

തിലകന്റെ ഗീതാവ്യാഖ്യാനം

തിലകൻ പണ്ഡിതനായ എഴുത്തുകാരനായിരുന്നു. അദ്ദേഹത്തിന്റെ പ്രധാനകൃതികൾ *The Arctic Home of the Vedas Gita Rahasya, The Orion, The Reserches into the Antiquities of India* എന്നിവയാണ്. ബംഗാളിലെ അരവിന്ദ ഘോഷിനെപ്പോലെ തിലകൻ രാഷ്ട്രപുനരുദ്ധാരണത്തിനും ദേശീയൈക്യത്തിനും ഹിന്ദുമതബിംബങ്ങളെ ഫലപ്രദമായി ഉപയോഗിച്ചതായി മുമ്പു സൂചിപ്പിച്ചുവല്ലോ. ഇന്ത്യൻ നാഷണൽ കോൺഗ്രസിന് ആഴത്തിൽ വേരോട്ടമുള്ള സാംസ്കാരികാടിത്തറയാകാൻ ഹിന്ദുമതത്തിൽനിന്നുള്ള ബിംബങ്ങൾക്കാകുമെന്ന് അദ്ദേഹം കരുതിയിരുന്നു. അങ്ങനെയാണ് *ഭഗവദ് ഗീതയ്ക്ക്* വിപ്ലവകരവും രാഷ്ട്രീയവുമായ ഒരു വ്യാഖ്യാനം എഴുതാൻ ബർമ്മയിലെ തന്റെ സുദീർഘമായ ജയിൽവാസത്തിനിടയിൽ തിലകൻ തയ്യാറായത്. തിലകന്റെ ഗീതാരഹസ്യം മറ്റു ഗീതാവ്യാഖ്യാനങ്ങളിൽ നിന്ന് വ്യത്യസ്തമാണെന്ന് കമ്യൂണിസ്റ്റ് പാർട്ടിയുടെ സ്ഥാപകനേതാവും ഗ്രന്ഥകാരനുമായ കെ ദാമോദരൻ *ഇന്ത്യയുടെ ആത്മാവ്* എന്ന ഗ്രന്ഥത്തിൽ ചൂണ്ടിക്കാട്ടുന്നു. ഗീതാധർമ്മത്തിന്റെ രഹസ്യം കർമ്മപരവും പ്രവൃത്തിപരവുമാണ്. മനുഷ്യനെ കർമ്മോന്മുഖമാക്കുകയാണ് അത് ചെയ്യുന്നത്. എന്നുവെച്ചാൽ ബ്രിട്ടീഷുകാർക്കെതിരായ സ്വാതന്ത്ര്യസമരത്തിൽ *ഭഗവദ് ഗീത* നമുക്ക് ആവേശവും പ്രചോദനവും നല്കുകയാണ് ചെയ്യുന്നത്. “ഹേ! അർജ്ജുനാ! അതിനാൽ നീ യുദ്ധം ചെയ്യുക.” എന്ന കർമ്മപരമായ ഉപദേശമാണ് ഭഗവാൻ കൃഷ്ണൻ അർജ്ജുനന് നല്കുന്നത്. ചുരുക്കിപ്പറഞ്ഞാൽ ലൗകികജീവിതത്തിൽ നിന്നുള്ള ഒളിച്ചോട്ടമല്ല, അതിനെ ധൈര്യത്തോടും സമചിത്തതയോടും കൂടി നേരിടാനാവശ്യമായ ജ്ഞാനമാണ് തിലകന്റെ വേദാന്തം ഇന്ത്യൻ ജനതയ്ക്ക് പ്രദാനം ചെയ്യുന്നത്.

മാനവികതയുടെ പ്രതീകം

ജാതിക്കെതിരെയുള്ള സാമൂഹ്യപരിഷ്കരണപ്രസ്ഥാനങ്ങൾക്കൊന്നും തിലകൻ നേതൃത്വം നല്കിയില്ലെങ്കിലും അദ്ദേഹം ഏതെങ്കിലും ഒരു ജാതിയുടെ വക്താവായിരുന്നില്ല. ജാതിചിന്ത മോശമാണെന്നും പാരമ്പര്യത്തിന്റെ ഭാഗമാണെങ്കിലും അത് വെറും സാമൂഹ്യതിന്മ മാത്രമാണെന്നുമുള്ള ധാരണ അദ്ദേഹത്തിനുണ്ടായിരുന്നു. അവർണ്ണരായ ജനവിഭാഗങ്ങളുടെ സർക്കാർ സർവ്വീസിലെ പ്രാതിനിധ്യത്തെക്കുറിച്ചും തൊട്ടുകൂടായ്മയെക്കുറിച്ചുമുള്ള അദ്ദേഹത്തിന്റെ പ്രഖ്യാപിതനിലപാടുകൾ അത് വ്യക്തമാക്കുന്നുണ്ട്. മഹാരാഷ്ട്രയിലെ അവർണ്ണസമുദായങ്ങൾ അവരുടെ ആവശ്യങ്ങൾ ഉന്നയിച്ച് സർക്കാറിന് മെമ്മോറാണ്ടം നല്കിയപ്പോൾ അതിൽ എതിർപ്പ് പ്രകടിപ്പിച്ചവരോട് പിന്നോക്കവിഭാഗങ്ങൾ തങ്ങളുടെ ആവശ്യങ്ങൾ ഉയർത്തി ഒരു പ്രക്ഷോഭവുമായി രംഗത്തുവരുമ്പോൾ നിലനില്ക്കുന്ന സാമൂഹ്യാസമത്വങ്ങളുടെ അടിസ്ഥാനത്തിൽ കോൺഗ്രസിന് അത് ഏറ്റെടുക്കേണ്ടി വരുമെന്ന് അദ്ദേഹം പറയുന്നു

ണ്ട്. ജാതീയമായ അവശതകൾ അനുഭവിക്കുന്ന അവർണ്ണരോട് തിലകൻ പറഞ്ഞത് "ജനങ്ങൾക്കിടയിലുള്ള ഏറ്റവും വലിയ അന്തരം വിദ്യാഭ്യാസമുള്ളവനും അതില്ലാത്തവനും തമ്മിലുള്ളതാണ് എന്നാണ്." അതുകൊണ്ട് പിന്നോക്കവിഭാഗങ്ങളുടെ മോചനത്തിന് വിദ്യാഭ്യാസം പ്രോത്സാഹിപ്പിക്കണമെന്ന് അദ്ദേഹം ആവശ്യപ്പെട്ടു. തൊട്ടുകൂടായ്മക്കെതിരെ നടന്ന ഒരു സമ്മേളനത്തിൽ തിലകൻ പ്രസംഗിച്ചത്, "ദൈവം തൊട്ടുകൂടായ്മയെ അംഗീകരിക്കുമെങ്കിൽ ഞാൻ ആ ദൈവത്തെ അംഗീകരിക്കുകയില്ലാ"യെന്നാണ്. എങ്കിലും ഇന്ത്യൻ സമൂഹത്തിലെ ജാതിവ്യവസ്ഥയെ ദുർബ്ബലപ്പെടുത്തുന്നതിന് ഗാന്ധിജിയെപ്പോലെ വളരെ ശക്തമായ ഒരു നിലപാട് തിലകൻ സ്വീകരിച്ചതായി കരുതാനാവില്ല.

സർവ്വാദരണീയനായ ദേശീയനേതാവ്

ഗാന്ധിജിക്ക് മുമ്പ് ജനങ്ങളെയാകെ സ്വാതന്ത്ര്യസമരത്തിലേക്ക് നയിക്കാനും അവരെ ആവേശഭരിതരാക്കി രംഗത്തിറക്കാനും കഴിഞ്ഞത് ബാലഗംഗാധര തിലകനായിരുന്നു. തത്ത്വത്തിൽ തിലകൻ ഉന്നയിച്ചത് സമൂലമായ പരിഷ്കരണവാദമാണെങ്കിലും പ്രയോഗത്തിൽ നിയമവിധേയമായ സമരങ്ങൾക്കപ്പുറം പോകാൻ പൊതുവെ അദ്ദേഹം തയ്യാറായിരുന്നില്ല. ദേശീയപ്രസ്ഥാനത്തിലേക്ക് ഇടത്തരം ജനവിഭാഗങ്ങളോടൊപ്പം കർഷകരെയും തൊഴിലാളികളെയും ആകർഷിക്കാനും സ്വാതന്ത്ര്യ സമരത്തിൽ അണിനിരത്താനും അദ്ദേഹത്തിന് കഴിഞ്ഞു. സ്വാതന്ത്ര്യസമരം ശക്തിയാർജ്ജിക്കുന്നതോടൊപ്പം തന്നെ തൊഴിലാളികളുടെയും കർഷകരുടെയും രാഷ്ട്രീയബോധവും അവകാശബോധവും വളർന്നുകൊണ്ടിരുന്നു. അതിന്റെ ഫലമായി അവരുടെ സമരങ്ങളും പ്രക്ഷോഭങ്ങളും ഇന്ത്യയുടെ നാനാഭാഗങ്ങളിൽ വളർന്നുവന്നു. ഇതിൽ പലതിലും തൊഴിലാളി—മുതലാളി വൈരുദ്ധ്യങ്ങൾ പ്രകടമായിരുന്നു. നിർണ്ണായകമായ അത്തരം സന്ദർഭങ്ങളിൽ തൊഴിലാളികളുടെയും കൃഷിക്കാരുടെയും കൂടെ നില്ക്കാൻ അദ്ദേഹം മടികാട്ടിയിരുന്നില്ല. തിലകൻ മഹാനായ ഒരു ബഹുജനനേതാവായി അംഗീകരിക്കപ്പെടാനുള്ള മുഖ്യകാരണവും മറ്റൊന്നായിരുന്നില്ല.

വളരെ ലളിതമായ ഒരു ജീവിതമാണ് തിലകൻ നയിച്ചിരുന്നത്. അദ്ദേഹത്തിന് സ്ഥായിയായ വരുമാനമാർഗ്ഗങ്ങൾ ഒന്നുംതന്നെയുണ്ടായിരുന്നില്ല. നിയമവിദ്യാർത്ഥികൾക്ക് ട്യൂഷൻ എടുത്തുകിട്ടുന്ന വളരെ തുച്ഛമായ വരുമാനംകൊണ്ടാണ് അദ്ദേഹം ഉപജീവനം കഴിച്ചിരുന്നത്.

കോൺഗ്രസ് ഡെമോക്രാറ്റിക് പാർട്ടിയുടെ രൂപീകരണം

ബ്രിട്ടീഷ് സർക്കാരുമായുള്ള സോപാധികസഹകരണമെന്ന തിലകന്റെ പ്രഖ്യാപിതനിലപാടിനെ എതിർത്തവരുടെ കൂട്ടത്തിൽ ഗാന്ധിജിയുമുണ്ടായിരുന്നു. ദേശീയപ്രസ്ഥാനത്തിൽ അധികം വൈകാതെ തന്നെ ഗാന്ധിജി നിസ്സഹകരണപ്രസ്ഥാനത്തിന്റെ ശക്തനായ നേതാവായി

ഉയർന്നുവന്നു. തിലകന്റെ അനുയായികൾ ഗാന്ധിയുടെ നിസ്സഹകരണ പ്രസ്ഥാനത്തോട് ഭാഗികമായിട്ടാണെങ്കിൽപ്പോലും വിയോജിപ്പ് പ്രകടിപ്പിച്ചു. ഈ സാഹചര്യത്തിലാണ് 1920 ഏപ്രിൽ മാസത്തിൽ തിലകൻ കോൺഗ്രസ് ഡെമോക്രാറ്റിക് പാർട്ടി എന്ന പുതിയ രാഷ്ട്രീയസംഘടനയ്ക്ക് രൂപം നല്കിയത്. ഈ പാർട്ടിയുടെ മാനിഫെസ്റ്റോയിൽ ഒന്നാം ലോകമഹായുദ്ധത്തിന്റെ പശ്ചാത്തലത്തിൽ ബ്രിട്ടീഷ് ഗവൺമെന്റുമായി സോപാധികസഹകരണത്തിന്റെ നയം മുറുകെ പിടിക്കുന്ന നിർദ്ദേശങ്ങൾ മുന്നോട്ടുവച്ചിരുന്നു.

ദേശീയപ്രസ്ഥാനത്തിന് തിലകന്റെ സംഭാവന

ആധുനികമുതലാളിത്തസമൂഹത്തിന്റെ അടിസ്ഥാനശിലകളായ ജനാധിപത്യം, പൗരാവകാശം, ദേശീയത എന്നിവയിൽ അധിഷ്ഠിതമായ മൂല്യങ്ങൾ ഉയർത്തിപ്പിടിക്കുന്നതിനും ജനമനസ്സുകളിൽ സാമ്രാജ്യത്വ വിരുദ്ധവികാരം ഉണർത്തുന്നതിനും തിലകന്റെ സംഭാവനകൾ ചരിത്രത്തിൽ എക്കാലവും സ്മരിക്കപ്പെടും. മാർക്സിസ്റ്റ് ചരിത്രകാരനായ ഇ എം എസ് ദേശീയപ്രസ്ഥാനത്തിൽ തിലകന്റെ സംഭാവനകളെ വിലയിരുത്തുന്നത് ഇപ്രകാരമാണ്.

> സ്വദേശി, സ്വരാജ്, ഹോംറൂൾ മുതലായ പ്രഖ്യാപിത ലക്ഷ്യങ്ങളും നിസ്സഹകരണം, സോപാധികസഹകരണം മുതലായ മാർഗ്ഗങ്ങളുമുപയോഗിച്ച് ജനലക്ഷങ്ങളിൽ ആശയും ആവേശവും വളർത്തി ബൂർഷ്വാസിയുടെ വളർച്ചയെ ത്വരിതപ്പെടുത്തുകയാണ് തിലകൻ ചെയ്തത്. ദേശീയസ്വാതന്ത്ര്യത്തിന്റെയും ബൂർഷ്വാ ജനാധിപത്യത്തിന്റെയും പൊതുവീക്ഷണം അഭ്യസ്തവിദ്യരായ ഇടത്തരക്കാരുടെയിടയിൽ വ്യാപകമായിത്തീർന്ന ഒരുകാലഘട്ടത്തിലാണ് തിലകൻ ഇന്ത്യൻ രാഷ്ട്രീയത്തിൽ പ്രവേശിച്ചത്. ഈ ജനവിഭാഗങ്ങളുടെ സ്വാതന്ത്ര്യകാംക്ഷയ്ക്കും ജനാധിപത്യബോധത്തിനും പ്രകടമായ രൂപം നല്കുന്ന മുദ്രാവാക്യങ്ങളും സമരമാർഗ്ഗങ്ങളുമാണ്, ഒരുവശത്ത് സ്വദേശി, സ്വരാജ്, ബഹിഷ്കരണവും സഹനസമരവും, ഇംഗ്ലീഷിനുപകരം സ്വഭാഷ ഉപയോഗിച്ചുകൊണ്ടുള്ള പ്രക്ഷോഭപരിപാടികൾ മുതലായവ – ഇന്ത്യൻ രാഷ്ട്രീയത്തിന് തിലകൻ നല്കിയ സംഭാവന. ഈ ലക്ഷ്യങ്ങളും സമരമാർഗ്ഗങ്ങളും അംഗീകരിക്കുന്ന ഒരു പുതിയ തലമുറയെ തിലകൻ വാർത്തെടുത്തു. ഇന്ത്യൻ ജനതക്കാകെ നടത്താനുള്ള ബ്രിട്ടീഷ് വിരുദ്ധ സ്വാതന്ത്ര്യസമരത്തെ ശക്തിപ്പെടുത്തുകയും അതിന്റേതായ ഒരു ജനകീയസൈന്യത്തെ സംഘടിപ്പിക്കുകയും ചെയ്യുക. മറുവശത്ത് സാമ്പത്തികവും രാഷ്ട്രീയവുമായി ബൂർഷ്വാസിക്ക് കൂടുതൽ ശക്തിപ്പെടാനും കൂടുതൽ ഫലപ്രദമായി ഭരണാധികാരികളോട് വിലപേശാനുമുള്ള കഴിവ് സൃഷ്ടിക്കുക ഇതാണ് തിലകന്റെ രാഷ്ട്രീയ സേവനത്തിന്റെ ഫലം.

1920 ആഗസ്ത് ഒന്നിന് ന്യൂമോണിയ പിടിപെട്ട് ഇന്ത്യൻ രാഷ്ട്രീയമണ്ഡലത്തിൽ സൂര്യതേജസ്സോടെ വിരാജിച്ച തിലകൻ കാലയവനികയിൽ മറഞ്ഞു. ഇന്ത്യൻദേശീയപ്രസ്ഥാനത്തിൽ ഒരു യുഗത്തിന്റെ അവസാനമായി ചരിത്രകാരന്മാർ അതിനെ വിലയിരുത്തുന്നു.

3

ബിപിൻ ചന്ദ്രപാൽ (1858–1932)

സ്വദേശി പ്രസ്ഥാനത്തെ രാഷ്ട്രീയവുമായി ബന്ധപ്പെടുത്തുമ്പോൾ അത് വിദേശചരക്കുകളുടെ ബഹിഷ്ക്കരണമാവുകയും വിദേശ ബഹിഷ്ക്കരണം പരോക്ഷമായ പ്രതിരോധ പ്രസ്ഥാനമാവുകയും ചെയ്യുന്നു.

ബിപിൻ ചന്ദ്രപാൽ

ബിപിൻ ചന്ദ്രപാൽ ഇന്ത്യൻ നാഷണൽ കോൺഗ്രസിലെ തീവ്രദേശീയവാദികളായ ആദ്യകാല നേതാക്കളിൽ പ്രമുഖനായിരുന്നു. നവോത്ഥാന നായകൻ, പത്രപ്രവർത്തകൻ, എഴുത്തുകാരൻ, പ്രാസംഗികൻ, രാഷ്ട്രീയചിന്തകൻ എന്നീ നിലകളിൽ അദ്ദേഹം തീവ്രദേശീയതയുടെ ഏറ്റവും ശക്തനായ വക്താവും പ്രചാരകനുമായിരുന്നു. അസമിലെ സിൽഹെറ്റ് ജില്ലയിൽ പോയിൽ എന്ന സ്ഥലത്ത് ഒരു സമ്പന്നകുടുംബത്തിൽ മാതാപിതാക്ക

ളുടെ ഏകമകനായി 1858 നവംബർ 7 നാണ് ചന്ദ്രപാൽ ഭൂജാതനായത് (ഈ സ്ഥലം ഇപ്പോൾ ബംഗ്ലാദേശിലാണ്). സിൽഹെറ്റ് പട്ടണത്തിലെ ഒരു മൗലവിയിൽ നിന്നാണ് പ്രാഥമികവിദ്യാഭ്യാസം നേടിയത്. സിൽഹെറ്റിലെ ഒരു സർക്കാർ ഹൈസ്കൂളിൽ ചേർന്ന് ഔപചാരിക വിദ്യാഭ്യാസം പൂർത്തിയാക്കി. നവോത്ഥാന നായകനായ കേശവ് ചന്ദ്രസെന്നിന്റെ സ്വാധീനത്തിൽപ്പെട്ട് 1877 ൽ ബ്രഹ്മസമാജത്തിൽ ചേരുകയും സാമൂഹികതിന്മകൾക്കെതിരായുള്ള പ്രവർത്തനങ്ങളിൽ ഉത്സാഹപൂർവ്വം പങ്കെടുക്കുകയും ചെയ്തു. സ്ത്രീപുരുഷസമത്വത്തിനു വേണ്ടിയും വിധവാ വിവാഹവും സ്ത്രീവിദ്യാഭ്യാസവും പ്രോത്സാഹിപ്പിക്കുന്നതിനു വേണ്ടിയുമുള്ള പ്രവർത്തനങ്ങളിൽ വ്യാപൃതനായി. ഹിന്ദുമതത്തിൽ ജാതികളും ഉപജാതികളും പരസ്പരം തമ്മിലടിച്ച് കഴിയുകയായിരുന്നു. ഇന്ത്യൻ ജനതയുടെ ഐക്യത്തിന് ജാതിവ്യവസ്ഥ ഏറ്റവും വലിയ വെല്ലുവിളിയായിരുന്നു. അതുകൊണ്ടുതന്നെ ജാതിവ്യവസ്ഥയെ ചന്ദ്രപാൽ ശക്തിയുക്തം എതിർത്തു. എന്നാൽ ചന്ദ്രപാലിന്റെ പ്രവർത്തനങ്ങളെ യാഥാസ്ഥിതികനായ പിതാവ് എതിർക്കുകയും അതിനെത്തുടർന്ന് അദ്ദേഹത്തിന് കുടുംബം തന്നെ ഉപേക്ഷിക്കേണ്ടിവരികയും ചെയ്തു. ജാതിവ്യവസ്ഥയ്ക്ക് എതിരായും വിധവാ വിവാഹത്തിന് അനുകൂലമായും നിലപാട് സ്വീകരിച്ച ചന്ദ്രപാൽ 1881 ൽ ഒരു ബ്രാഹ്മണവിധവയെ വിവാഹം കഴിച്ച് സ്വന്തം ജീവിതത്തിൽ മാതൃക കാണിച്ചു. ആദ്യഭാര്യയുടെ മരണശേഷം 1891 ൽ ചന്ദ്രപാൽ സുരേന്ദ്രനാഥബാനർജിയുടെ ഒരകന്നബന്ധുവും വിധവയുമായ ബിരാജ് മോഹിനീ ദേവിയെ പുനർവിവാഹം ചെയ്തു.

സ്വാതന്ത്ര്യസമരത്തിൽ സജീവമാകുന്നു

ബിരുദം നേടിയതിനുശേഷം ചന്ദ്രപാൽ കൽക്കത്തയിലെ പ്രസിഡൻസി കോളേജിൽ തുടർപഠനത്തിന് ചേർന്നെങ്കിലും പഠിപ്പ് പൂർത്തിയാക്കാൻ കഴിഞ്ഞില്ല. സിൽഹെറ്റിലും പുറത്തുമായി പല സ്കൂളുകളിലും പ്രധാന അദ്ധ്യാപകനായി സേവനമനുഷ്ഠിച്ചു. പിന്നീട് കൽക്കത്ത പബ്ലിക് ലൈബ്രറിയിൽ കുറച്ചുകാലം ലൈബ്രേറിയനായും സെക്രട്ടറിയായും ജോലിനോക്കി. കോളേജ് വിദ്യാർത്ഥിയായിരുന്ന സമയത്ത് ശിവനാഥ ശാസ്ത്രി, എസ് എൻ ബാനർജി, ബി കെ ഗോസ്വാമി, കേശബ് ചന്ദ്ര സെൻ തുടങ്ങിയ ദേശീയപ്രസ്ഥാനത്തിലെ പ്രമുഖവ്യക്തികളുമായി അടുത്ത സമ്പർക്കത്തിലായി. സുരേന്ദ്രനാഥ ബാനർജിയാണ് അദ്ദേഹത്തെ രാഷ്ട്രീയത്തിലേക്ക് കൈപിടിച്ച് ഉയർത്തിയത്. 1886 ൽ ബിപിൻ ചന്ദ്രപാൽ ഇന്ത്യൻ നാഷണൽ കോൺഗ്രസിൽ ചേർന്നു. തുടർന്ന് 1886 ൽ കൽക്കത്തയിലും 1887 ൽ മദിരാശിയിലും നടന്ന കോൺഗ്രസ് സമ്മേളനങ്ങളിൽ പങ്കെടുത്തു. അസമിലെ തേയിലത്തോട്ടങ്ങളിലെ തൊഴിലാളികളുടെ ജീവിതപ്രശ്നങ്ങൾ ഏറ്റെടുക്കാൻ അദ്ദേഹം കോൺഗ്രസിനെ നിർബ്ബന്ധിക്കുകയും അതിൽ അദ്ദേഹം വിജയിക്കുകയും ചെയ്തു.

പത്രപ്രവർത്തനരംഗത്തെ അതികായൻ

പത്രപ്രവർത്തനത്തിൽ അതീവ തല്പരനായിരുന്നു ചന്ദ്രപാൽ. ഇന്ത്യൻ ദേശീയപ്രസ്ഥാനത്തിന് പ്രത്യയശാസ്ത്രപരമായ ഉൾക്കാഴ്ച നല്കുന്നതിന് അദ്ദേഹത്തിന്റെ പത്രങ്ങൾ വലിയ പങ്കുവഹിച്ചു. *ദി ന്യൂ ഇന്ത്യാ* പത്രത്തിന്റെ എഡിറ്ററായാണ് പത്രപ്രവർത്തനം ആരംഭിച്ചത്. പിന്നീട് *പരിതാക്ഷ്ക്* എന്ന ആഴ്ചപ്പതിപ്പ് ആരംഭിക്കുകയും കൊളോണിയൽ ചൂഷണങ്ങൾക്കും അടിച്ചമർത്തലിനും എതിരെ ജനങ്ങളെ ഉണർത്തുന്ന ലേഖനങ്ങൾ എഴുതുകയും ചെയ്തു. പത്രപ്രവർത്തനരംഗത്ത് പുലർത്തിയ മികവ് കണ്ടറിഞ്ഞ് കൽക്കത്തെയിലെ *ദി ബംഗാൾ പബ്ലിക് ഒപ്പീനിയന്റെ* എഡിറ്റോറിയൽ ബോർഡിൽ അംഗമായി നിയോഗിച്ചു. 1887–88 ൽ ലാഹോറിലെ *ട്രിബ്യൂൺ* എന്ന പത്രത്തിന്റെ എഡിറ്ററായും പ്രവർത്തിച്ചു. മതങ്ങളെപ്പറ്റിയുള്ള ഉന്നത പഠനത്തിന് ഇംഗ്ലണ്ടിൽ പോവുകയും 1900 ൽ സ്കോളർഷിപ്പോടെ ഓക്സ്ഫോർഡ് സർവ്വകലാശാലയിലെ തിയോളജിക്കൽ കോളേജിൽ പ്രവേശനം നേടുകയും ചെയ്തു. പഠനം പൂർത്തിയാക്കിയശേഷം ഇംഗ്ലണ്ടിലും ഫ്രാൻസിലും അമേരിക്കയിലും സഞ്ചരിച്ച് പ്രസംഗങ്ങൾ നടത്തി. ഇന്ത്യയിൽ മടങ്ങിയെത്തിയശേഷം 1901 ൽ *ദി ഇന്ത്യ* എന്ന ഇംഗ്ലീഷ് വാരികയുടെ സ്ഥാപക എഡിറ്ററായി. 1906 ൽ *വന്ദേമാതരം* പത്രത്തിന്റെ എഡിറ്ററായി പ്രവർത്തിച്ചു. അതിന്റെ നടത്തിപ്പിൽ അരവിന്ദഘോഷിന്റെ സഹായം തേടി. ഈ പത്രത്തെയാണ് രാജ്യദ്രോഹക്കുറ്റം ചുമത്തി ബ്രിട്ടീഷ് സർക്കാർ നിരോധിച്ചത്. *വന്ദേമാതരം* രാജ്യദ്രോഹക്കേസിൽ അരവിന്ദഘോഷിനെതിരെ തെളിവ് നല്കാൻ വിസമ്മതിച്ചതിന് 1907 ൽ ചന്ദ്രപാലിനെ ആറ് മാസത്തെ തടവുശിക്ഷയ്ക്ക് വിധിച്ചു. 1908–11 കാലയളവിൽ നാടുകടത്തപ്പെട്ട ചന്ദ്രപാൽ ലണ്ടനിൽ നിന്ന് *സ്വരാജ്* എന്ന ഇംഗ്ലീഷ് ആഴ്ചപ്പതിപ്പ് പ്രസിദ്ധീകരിക്കുകയും 1912 ൽ *ദി ഹിന്ദു റിവ്യൂ* എന്ന പ്രതിമാസ ഇംഗ്ലീഷ് പത്രവും *ഡെമോക്രാറ്റ്* എന്ന ആഴ്ചപ്പതിപ്പും എഡിറ്റു ചെയ്യുകയും ചെയ്തു. *മോഡേൺ റിവ്യൂ, അമൃത ബസാർപത്രിക, സ്റ്റേറ്റ്സ്മാൻ* എന്നീ പത്രമാദ്ധ്യമങ്ങളിൽ അദ്ദേഹം പതിവായി എഴുതുകയും ചെയ്തിരുന്നു. ഇന്ത്യൻ ദേശീയതയുടെ ഏറ്റവും ശക്തനായ പ്രചാരകൻ എന്നാണ് അരവിന്ദ ഘോഷ് ബിപിൻ ചന്ദ്രപാലിനെ വിശേഷിപ്പിച്ചത്. ചന്ദ്രപാൽ രാഷ്ട്രീയരംഗത്ത് ഒരു ആക്ഷൻഹീറോയോ മികച്ച സംഘാടകനോ ആയിരുന്നില്ല. എങ്കിൽപ്പോലും അദ്ദേഹം സമുന്നതനായ രാഷ്ട്രീയചിന്തകനും ഉജ്ജ്വലനായ പ്രാസംഗികനും ശക്തനായ എഴുത്തുകാരനുമായിരുന്നു. ചന്ദ്രപാലിന്റെ നേതൃത്വത്തിൽ ഇന്ത്യയിലെ എഴുത്തുകാരും പത്രപ്രവർത്തകരും ബ്രിട്ടീഷ് സർക്കാരിനെതിരെ തങ്ങളുടെ തൂലിക പടവാളാക്കി മാറ്റിയപ്പോൾ ബ്രിട്ടീഷ് സർക്കാർ പത്രസ്വാതന്ത്ര്യത്തിന് കർക്കശമായ നിയന്ത്രണങ്ങൾ കൊണ്ടുവന്നു. രാജ്യദ്രോഹക്കുറ്റം ചുമത്തി ലോകമാന്യ തിലകനെ അറസ്റ്റു ചെയ്യുകയും നാടുകടത്തി കാരാഗൃഹത്തിലടയ്ക്കുകയും ചെയ്തു.

തീവ്രദേശീയതയുടെ പക്ഷത്ത്

അരവിന്ദ ഘോഷും ചന്ദ്രപാലും ചേർന്ന് *വന്ദേമാതരം* വഴി പുരോഗമനപരമായ രാഷ്ട്രീയ പരിപാടി അവതരിപ്പിക്കുകയും അത് കോൺഗ്രസിലെ തീവ്രദേശീയവാദികളുടെ പൊതുപരിപാടിയായി അംഗീകരിക്കപ്പെടുകയും ചെയ്തു. നിസ്സഹകരണം, സ്വദേശി പ്രസ്ഥാനം, വിദേശിബഹിഷ്കരണം, ദേശീയവിദ്യാഭ്യാസം എന്നീ 1906 ലെ കൽക്കത്താ കോൺഗ്രസ് അംഗീകരിച്ചതും തീവ്രദേശീയവാദികൾ ഏറ്റെടുത്തതുമായ കർമ്മപരിപാടികൾ നടപ്പാക്കുന്നതിന് അദ്ദേഹം മുന്നിട്ടിറങ്ങി. ബ്രിട്ടീഷുകാരുടെ നിയമസംഹിതയിൽ വിശ്വസിച്ചും, അവരുടെ ദയാദാക്ഷിണ്യത്തിനായി കാത്തുകിടന്നും ബ്രിട്ടീഷ് വിദ്യാഭ്യാസരീതിയുടെ മഹത്വം അംഗീകരിച്ചും മുന്നോട്ട് പോകുന്ന മിതവാദികളുടെ നയസമീപനങ്ങൾ പൊള്ളയായതും കാപട്യം നിറഞ്ഞതുമാണെന്ന് തന്റെ ലേഖനങ്ങളിലൂടെ ചന്ദ്രപാൽ സമർത്ഥിച്ചു. ബ്രിട്ടീഷുകാർ അടിച്ചേല്പിക്കുന്ന വിദ്യാഭ്യാസ രീതി ഇന്ത്യാക്കാരെ ഷണ്ഡന്മാരും തൊഴിൽരഹിതരും ആക്കുന്നുവെന്നു മാത്രമല്ല ഇന്ത്യയുടെ വളർച്ച മുരടിപ്പിക്കുകയും സാമ്പത്തികപരാധീനത വർദ്ധിപ്പിക്കുകയും ഇന്ത്യയുടെ പൗരാണികപാരമ്പര്യവും സംസ്കാരവും നശിപ്പിക്കുകയും ചെയ്യുന്നതായി അദ്ദേഹം ചൂണ്ടിക്കാണിച്ചു. വൈദേശികഭരണം എത്രമാത്രം മഹത്തരവും ഉദാത്തവും ആയിരുന്നാലും അത് സ്വതന്ത്രവും ആരോഗ്യകരവുമായ ദേശീയജീവിതത്തിന് പകരമാവുകയില്ലെന്ന് അദ്ദേഹം പ്രഖ്യാപിച്ചു. ഈ ദിശയിലുള്ള ശക്തമായ ആശയ പ്രചാരണങ്ങളിലൂടെ തീവ്രദേശീയവാദികളുടെ നിലപാടുകൾക്ക് ജനങ്ങളുടെയിടയിൽ അംഗീകാരം നേടാൻ കഴിഞ്ഞു. ഏറെ പ്രചാരമുണ്ടായിരുന്ന പത്രമാണെങ്കിലും *വന്ദേമാതരം* നടത്തിക്കൊണ്ട് പോകുന്നതിന് വലിയ സാമ്പത്തികപ്രയാസങ്ങൾ അനുഭവപ്പെട്ടു. ദേശീയവാദികളെ പിന്തുണച്ചിരുന്നത് മുഖ്യമായും ഇടത്തരക്കാരായ ജനവിഭാഗങ്ങളായിരുന്നു. അവർക്ക് വ്യവസായികളുടെയും കച്ചവടക്കാരുടെയും ഭൂപ്രഭുക്കളുടെയും പിന്തുണയോ സാമ്പത്തികസഹായമോ ലഭ്യമായിരുന്നില്ല. അതുകൊണ്ടുതന്നെ പത്രത്തിനു വേണ്ടത്ര ധനം സ്വരൂപിക്കുന്നതിന് പ്രയാസമുണ്ടായിരുന്നു. അരവിന്ദ ഘോഷിനെ അറസ്റ്റ് ചെയ്ത് ജയിലിൽ പാർപ്പിച്ചതോടെ *വന്ദേമാതര*ത്തിന്റെ പ്രസിദ്ധീകരണം നിലച്ചുപോകുകയും ചെയ്തു. അത് തീവ്രവാദികൾക്ക് വലിയ തിരിച്ചടിയായിരുന്നു.

ബിപിൻ ചന്ദ്രപാൽ കോൺഗ്രസിൽ ബാലഗംഗാധര തിലകന്റെ നേതൃത്വം അംഗീകരിച്ചു. എന്നാൽ അദ്ദേഹത്തിന്റെ ഹിന്ദുദേശീയവാദത്തോട് ചന്ദ്രപാലിന് പൂർണ്ണമായ യോജിപ്പ് ഉണ്ടായിരുന്നില്ല. ഭിന്ന വിശ്വാസപ്രമാണങ്ങൾ പുലർത്തുന്നതും ബഹുസ്വരതയോടെ ജീവിക്കുന്നതുമായ ഇന്ത്യൻജനതയുടെ ദേശാഭിമാനത്തിന്റെ പ്രവാചകനായിരുന്നു ബിപിൻ ചന്ദ്രപാൽ. ബ്രിട്ടീഷ്സാമ്രാജ്യത്വനുകത്തിൽ നിന്ന് മോചനം നേടുന്നതിന് പരിപൂർണ്ണസ്വാതന്ത്ര്യമാണ് ഇന്ത്യ ആഗ്രഹിക്കുന്നതെന്ന് ചന്ദ്രപാൽ പ്രഖ്യാപിച്ചു. ഇന്ത്യയിലെ യുവാക്കളെ ദേശാഭിമാ

നികളായി വളർത്തുന്നതിന് ചെലവു കുറഞ്ഞ ദേശീയവിദ്യാഭ്യാസത്തിന്റെ പ്രാധാന്യം അദ്ദേഹം ഊന്നിപ്പറയുകയും ചെയ്തു. യുവാക്കൾ ഇന്ത്യയുടെ പൗരാണികമായ ചരിത്രത്തിലും സംസ്കാരത്തിലും ആവേശം കൊള്ളുകയും അതിലൂടെ ദേശീയൈക്യത്തിന്റെ ശക്തി സംഭരിക്കുകയും ചെയ്യണമെന്ന് അദ്ദേഹം ആവശ്യപ്പെട്ടു. തീവ്രദേശീയവാദികൾ കോൺഗ്രസിലെ മിതവാദികളുമായി കലഹിക്കുകയും 1907 ലെ സൂറത്ത് സമ്മേളനത്തിൽ അവരുമായി തെറ്റിപ്പിരിയുകയും ചെയ്തു. മിതവാദികളുടെ നിയമാനുസൃതമാർഗ്ഗങ്ങളിൽ ഒതുങ്ങിനിന്നുള്ളതും ബ്രിട്ടീഷ് സമ്രാജ്യത്വത്തെ പ്രീണിപ്പിച്ചുകൊണ്ടുള്ളതുമായ സമരമാർഗ്ഗങ്ങൾ ഇന്ത്യൻസ്വാതന്ത്ര്യസമരത്തെ വിജയത്തിലേക്ക് നയിക്കുന്നതിന് പര്യാപ്തമാണെന്ന വിശ്വാസം ബിപിൻ ചന്ദ്രപാലിനുണ്ടായിരുന്നില്ല.

'വിഭജിച്ചു ഭരിക്കുക' എന്നത് ബ്രിട്ടീഷ് ഭരണത്തിന്റെ ഒരു തന്ത്രമായിരുന്നു. 1905 ൽ കഴ്സൺ പ്രഭു ബംഗാളിനെ രണ്ടായി വിഭജിച്ചു. കിഴക്കൻ ബംഗാൾ മുസ്ലീം ഭൂരിപക്ഷ പ്രദേശമായിരുന്നു. പടിഞ്ഞാറൻ ബംഗാൾ ഹിന്ദു ഭൂരിപക്ഷപ്രദേശവും. ബംഗാളിലെ സാധാരണക്കാരായ ഹിന്ദുക്കളും മുസ്ലീങ്ങളും വളരെ സൗഹൃദത്തോടെയാണ് ജീവിച്ചിരുന്നത്. ഈ ഐക്യത്തെ തകർത്ത് ജനങ്ങൾക്കിടയിൽ മതപരമായ ഭിന്നിപ്പുണ്ടാക്കാനാണ് ബ്രിട്ടീഷുകാർ ബോധപൂർവ്വം ശ്രമിച്ചത്. ബംഗാൾ വിഭജനത്തിനെതിരെ നടന്ന ഐതിഹാസികമായ പ്രക്ഷോഭസമരത്തിന്റെ നേതൃനിരയിൽ ബംഗാളിലെ തീപ്പൊരിനേതാക്കളുടെ കൂട്ടത്തിൽ ബിപിൻ ചന്ദ്രപാലും ഉണ്ടായിരുന്നു. ആയിരക്കണക്കിന് തൊഴിലാളികൾ ആ സമരത്തിൽ പങ്കെടുക്കുകയും അറസ്റ്റുവരിച്ച് ജയിലിൽ പോകുകയും ചെയ്തു. 12000 തൊഴിലാളികൾ പണിയെടുക്കുന്നതും ബേൺകമ്പനിയുടെ ഉടമസ്ഥതയിലുള്ളതുമായ ഹൗറയിലെ ഷിപ്പ്യാർഡിൽ, വന്ദേമാതരം പാടുന്നതിനും രാഖി കെട്ടുന്നതിനും എതിരായി നിരോധനം കൊണ്ടുവന്നപ്പോൾ തൊഴിലാളികൾ പണിമുടക്കിലേക്ക് നീങ്ങി. പണിമുടക്ക് മറ്റ് വ്യവസായശാലകളിലേക്കും വ്യാപിച്ചു. ഇന്ത്യൻ ദേശീയപ്രസ്ഥാനത്തെ ശിഥിലമാക്കാനുള്ള ബ്രിട്ടീഷ് സാമ്രാജ്യത്വത്തിന്റെ കുടിലതന്ത്രങ്ങൾ ജനരോഷത്തിൽ കത്തിച്ചാമ്പലാവുകയും 1911 ൽ ബംഗാൾവിഭജനം റദ്ദ് ചെയ്യാൻ ബ്രിട്ടീഷ് ഭരണാധികാരികൾ നിർബ്ബന്ധിതമാവുകയും ചെയ്തു.

സ്വതന്ത്ര ഇന്ത്യയെക്കുറിച്ചുള്ള ദേശീയ കാഴ്ചപ്പാടുകൾ

സ്വതന്ത്ര ഇന്ത്യയെക്കുറിച്ച് വ്യക്തമായ കാഴ്ചപ്പാടുകൾ ഉള്ള നേതാവായിരുന്നു ബിപിൻ ചന്ദ്രപാൽ. ഒരു കേന്ദ്രീകൃതഭരണസമ്പ്രദായത്തെ അദ്ദേഹം എതിർക്കുകയും ഇന്ത്യക്ക് അനുയോജ്യമായത് ഫെഡറൽഭരണസമ്പ്രദായമാണെന്ന് വാദിക്കുകയും ചെയ്തു. ഫെഡറൽഭരണസമ്പ്രദായത്തിൽ പ്രവിശ്യകൾക്കും ജില്ലകൾക്കും ഗ്രാമങ്ങൾക്കും സ്വയംഭരണം ലഭ്യമാക്കാനും അങ്ങനെ അധികാരവികേന്ദ്രീകരണം യാഥാർത്ഥ്യമാക്കാനും കഴിയുമെന്ന് അദ്ദേഹം വിശ്വസിച്ചിരുന്നു. ഇന്ത്യയുടെ ദീർഘ

കാലപുരോഗതിക്ക് വ്യവസായവല്ക്കരണം കൊണ്ടുവരണമെന്ന പക്ഷക്കാരനായിരുന്നു അദ്ദേഹം. എന്നാൽ അത് സാദ്ധ്യമാക്കുന്നതിന് സ്വദേശിമൂലധനത്തെ പ്രയോജനപ്പെടുത്തണമെന്ന് അദ്ദേഹം വാദിക്കുകയും ഇന്ത്യയുടെ പരമാധികാരവും സ്വാതന്ത്ര്യവും സംരക്ഷിക്കുന്നതിന് വിദേശമൂലധനം ഒഴിവാക്കണമെന്ന് ആവശ്യപ്പെടുകയും ചെയ്തു. 1901 ൽ ബിപിൻ ചന്ദ്രപാൽ ഇപ്രകാരം എഴുതി: “രാജ്യത്തിന്റെ വിഭവ സമ്പത്ത് ഉപയോഗപ്പെടുത്തുന്നതിന് വിദേശ മൂലധനത്തിന്റെ പ്രത്യേകിച്ചും ബ്രിട്ടീഷ് മൂലധനത്തിന്റെ കടന്നുവരവ്, നമുക്ക് ഒരു സഹായ ഹസ്തമാകുന്നതിനുപകരം ജനങ്ങളുടെ സാമ്പത്തികാവസ്ഥയിൽ യഥാർത്ഥ പുരോഗതിയുണ്ടാക്കുന്നതിന് ഏറ്റവും വലിയ തടസ്സമാണ്.” എന്തിനും ഏതിനും വിദേശ മൂലധനത്തിന്റെ പിറകേ പോകുന്ന ഇന്നത്തെ നവലിബറൽ വികസന വാദികൾക്ക് ബിപിൻ ചന്ദ്രപാലിന്റെ കാഴ്ചപ്പാടുകൾ സ്വീകാര്യമാവണമെന്നില്ല. മുതലാളിത്തചൂഷണവും കടന്നാക്രമണവും നിയന്ത്രിക്കുന്നതിനും തൊഴിലാളിവർഗ്ഗത്തിന്റെ താല്പര്യങ്ങൾ സംരക്ഷിക്കുന്നതിനും അനുയോജ്യമായ വിധത്തിൽ പുതിയ നിയമനിർമ്മാണം നടത്തണമെന്ന് അദ്ദേഹത്തിന് അഭിപ്രായമുണ്ടായിരുന്നു. അവകാശങ്ങൾക്കു വേണ്ടി തൊഴിലാളികൾ സംഘടിക്കണമെന്നും അതിന് പൊതുജനങ്ങൾ പിന്തുണ കൊടുക്കണമെന്നും അദ്ദേഹം ആവശ്യപ്പെട്ടു. സ്വാതന്ത്ര്യത്തെയും ദേശാഭിമാനത്തെയും പറ്റിയുള്ള അദ്ദേഹത്തിന്റെ സങ്കല്പനങ്ങൾ വ്യക്തിസ്വാതന്ത്ര്യത്തിലും ദേശീയസ്വാതന്ത്ര്യത്തിലും അധിഷ്ഠിതമായിരുന്നു. സ്വദേശിപ്രസ്ഥാനത്തിനും വിദേശിബഹിഷ്കരണത്തിനും ആളുകളെ ആവേശം കൊള്ളിക്കുന്ന വിധത്തിൽ അദ്ദേഹം ലേഖനങ്ങൾ എഴുതുകയും ഇന്ത്യയിൽ എമ്പാടും സഞ്ചരിച്ച് ഉജ്ജ്വലമായ പ്രസംഗങ്ങൾ നടത്തുകയും ചെയ്തു.

ഉല്പതിഷ്ണുവായ ദേശീയ നേതാവ്

ബ്രിട്ടീഷ് സർക്കാരിനെതിരെ ദേശീയതയും ദാരിദ്ര്യത്തെക്കുറിച്ചുമുള്ള വ്യവഹാരങ്ങളും ഉയർത്തിപ്പിടിച്ച് ജനങ്ങളുടെ വ്യാപകമായ ചെറുത്തുനില്പിന് ചന്ദ്രപാൽ ആഹ്വാനം നല്കുകയും വിദേശചരക്കുകളുടെ ബഹിഷ്കരണത്തിന് ആളുകളെ ഉദ്ബുദ്ധരാക്കുകയും ചെയ്തു. വാസ്തവത്തിൽ വിദേശ നിർമ്മിത വസ്തുക്കൾ ഇന്ത്യൻ നിർമ്മിത വസ്തുക്കളേക്കാൾ ഗുണമേന്മയുള്ളവയായിരുന്നു. വിദേശ ചരക്കുകളുടെ ആകർഷണത്തെക്കുറിച്ച് സാമൂഹ്യ ശാസ്ത്രജ്ഞനായ പ്രകാശ് ടണ്ഠൻ തന്റെ ആത്മകഥാപരമായ സാമൂഹ്യ ചരിത്രത്തിൽ ഇങ്ങനെയാണ് പരാമർശിക്കുന്നത്:

“ഈ ചരക്കുകൾ സാധാരണ ബ്രിട്ടീഷ് അല്ലെങ്കിൽ ജർമ്മൻ നിർമ്മിതങ്ങളായിരുന്നു. ചില ബ്രാന്റുകൾ ഗാർഹിക നാമങ്ങളായി തീർന്നുകഴിഞ്ഞിരുന്നു. വിപണിയിൽ ജപ്പാൻ അത്രയധികം പ്രവേശിച്ചുകഴിഞ്ഞിരുന്നില്ല. പിച്ചാത്തികൾ, കത്രികകൾ, ബട്ടണുകൾ, പരുത്തി, പട്ടുനൂലുകൾ,

കണ്ണാടികൾ, സോപ്പ്, കുപ്പിയിലെ കേശതൈലങ്ങൾ ക്ഷൗരക്കത്തികൾ, കാലുറകൾ, കമ്പിളി, പരുത്തി ജൗളി സാമാനങ്ങൾ ഇതെല്ലാം വാങ്ങാൻ കിട്ടുമായിരുന്നു. കൈകൊണ്ട് തടിയിൽ തീർത്ത ചീപ്പുകളെക്കാൾ ഞങ്ങളിഷ്ടപ്പെട്ടിരുന്നത് അത് ഇറക്കുമതി ചെയ്യപ്പെട്ട ചിപ്പുകളായിരുന്നു. നമ്മുടെ ഇരുമ്പുപണിക്കാർ ഉണ്ടാക്കിയിരുന്ന കട്ടിയേറിയ സ്റ്റീൽ പിച്ചാത്തികളെയും കത്രികകയെയുമല്ല, ഇലക്ട്രോപ്ലേറ്റു ചെയ്ത ഷെഫീൽഡ് സോളിങ് ഗൻ കത്തികളോടും കത്രികകളോടുമായിരുന്നു ഞങ്ങൾക്ക് പ്രിയം. വീട്ടിൽ തിളപ്പിച്ചുണ്ടാക്കിയിരുന്ന ദേശിസോപ്പ് പോര, പിയേഴ്സും വിനോളിയയും തന്നെ വേണമെന്നായിരുന്നു ഞങ്ങൾക്ക്. അതുപോലെ സാധാരണ തുണികൊണ്ടുള്ള കുപ്പായക്കുടുക്കുകൾ പോരാ. തിളങ്ങുന്ന നിറമുള്ള ബട്ടണുകൾ തന്നെ കൂടിയേ തീരൂ." എങ്കിലും ദേശസ്നേഹത്തെ മുൻനിർത്തി ഗുണമേന്മയേറിയ ഉല്പന്നങ്ങളെ ത്യജിക്കാനും ഗുണം കുറഞ്ഞ ഉല്പന്നങ്ങൾ സ്വീകരിക്കാനും ജനങ്ങളെ തയ്യാറാക്കുകയാണ് അദ്ദേഹം ചെയ്തത്. അധിനിവേശസർക്കാരുമായി പൂർണ്ണമായി നിസ്സഹകരിക്കാനും ദേശീയവിദ്യാഭ്യാസം പ്രോത്സാഹിപ്പിക്കാനും അദ്ദേഹം ആവശ്യപ്പെട്ടു. കൽക്കത്തകോൺഗ്രസ് സമ്മേളനത്തിൽ 'പൂർണ്ണസ്വരാജ്' ഇന്ത്യയുടെ ലക്ഷ്യമാണെന്ന് പ്രഖ്യാപിക്കുന്നതിന് എത്രയോ മുമ്പുതന്നെ ബിപിൻ ചന്ദ്രപാൽ അത് പ്രഖ്യാപിക്കുകയും കോൺഗ്രസിനെക്കൊണ്ട് അംഗീകരിപ്പിക്കുന്നതിന് തീവ്രമായ ആശയസമരം നടത്തുകയും ചെയ്തു. സ്വരാജിനെക്കുറിച്ച് *ന്യൂഇന്ത്യ*യിൽ ബിപിൻചന്ദ്രപാൽ ഇപ്രകാരം എഴുതി.

> നമ്മുടെ സ്വരാജ് ഹിന്ദുക്കളുടെ മാത്രമോ മുഹമ്മദീയരുടെ മാത്രമോ ക്രൈസ്തവരുടെ മാത്രമോ സ്വരാജല്ല, അത് ഹിന്ദുവും ക്രിസ്ത്യാനിയും മുഹമ്മദീയരുമായ ഓരോ ഇന്ത്യാക്കാരന്റേതുമാണ്. സ്വരാജ് എന്നത് ഇന്ത്യൻ ജനതയുടേതാണ്. ഏതെങ്കിലും ഒരു വിഭാഗത്തിന്റേതല്ല.

1917 ൽ റഷ്യയിൽ നടന്ന ബോൾഷെവിക് വിപ്ലവത്തെ ബിപിൻ ചന്ദ്രപാൽ സ്വാഗതം ചെയ്തു. റഷ്യൻ വിപ്ലവത്തെത്തുടർന്നുണ്ടായ ലോകസാഹചര്യത്തെ വളരെ പ്രതീക്ഷയോടെയാണ് അദ്ദേഹം നോക്കിക്കണ്ടത്. 1919 ൽ ലോകസംഭവവികാസങ്ങളെ വിലയിരുത്തിക്കൊണ്ട് ബിപിൻ ചന്ദ്രപാൽ ഇപ്രകാരം എഴുതി:

> ഫാസിസ്റ്റ് ജർമ്മനിയുടെ തകർച്ചയ്ക്കും റഷ്യയിലെ സാർ ചക്രവർത്തിയുടെ ഏകാധിപത്യവാഴ്ചയുടെ പതനത്തിനുശേഷം ലോകമെമ്പാടും ഒരു പുതിയ രാഷ്ട്രീയസാഹചര്യം വളർന്നുവന്നിരിക്കുന്നു. തങ്ങളുടെ വ്യാപകമായ അവകാശങ്ങൾ സംരക്ഷിക്കുന്നതിനുള്ള ജനങ്ങളുടെ അധികാരം വലിയ ധനികരുടെയും മുതലാളിമാരുടെയും ചൂഷണത്തിന് അടിമപ്പെടാതെ സ്വാതന്ത്ര്യത്തോ

ടെയും സന്തോഷത്തോടെയും ജീവിക്കാനുള്ള ജനങ്ങളുടെ അവകാശം അത് അംഗീകരിക്കപ്പെട്ടിരിക്കുന്നു.

1921 ൽ ബാരിസലിൽ ചേർന്ന ബംഗാൾ പ്രവിശ്യാ കോൺഗ്രസ് സമ്മേളനത്തിന്റെ അദ്ധ്യക്ഷനായി ബിപിൻ ചന്ദ്രപാൽ തിരഞ്ഞെടുക്കപ്പെട്ടു.

പ്രസിദ്ധനായ ഗ്രന്ഥകാരൻ

രാഷ്ട്രീയ പ്രവർത്തനത്തിൽ മാത്രമായിരുന്നില്ല ബിപിൻ ചന്ദ്രപാൽ ശ്രദ്ധിച്ചിരുന്നത്. വിദ്യാർത്ഥിയായിരിക്കുമ്പോൾത്തന്നെ പുസ്തകങ്ങളോടുള്ള അദ്ദേഹത്തിന്റെ താല്പര്യം തീവ്രമായിരുന്നു. ആഴവും പരപ്പുമേറിയ വായനയിലൂടെ സാഹിത്യത്തിലും രാഷ്ട്രീയത്തിലും അഗാധമായ പാണ്ഡിത്യം നേടുന്നതിന് അദ്ദേഹത്തിന് കഴിഞ്ഞു. വായനശീലം പത്രപ്രവർത്തനരംഗത്തും അദ്ദേഹത്തിന് മുതൽക്കൂട്ടായി. ആഴവും വ്യാപ്തിയും ആധികാരികതയുമുള്ള അനേകം ഗ്രന്ഥങ്ങൾ അദ്ദേഹം രചിച്ചിട്ടുണ്ട്. അതിൽ പ്രധാനപ്പെട്ടവ *Indian Nationalism, Nationality and Empire, Swaraj and the present situtation, The basis of Social reform, The soul of India, The new Spirit and Studies in Hinduism* എന്നിവയാണ്. ഇന്ത്യൻ ദേശീയപ്രസ്ഥാനത്തിന്റെ ആദ്യഘട്ടത്തിൽ സ്വാതന്ത്ര്യസമരത്തിന് ബൗദ്ധികമായ ദിശാബോധം നല്കുന്നതിന് ബിപിൻ ചന്ദ്രപാലിന്റെ ഗ്രന്ഥങ്ങൾ വലിയ പങ്കുവഹിച്ചിട്ടുണ്ട്.

ജീവിത സായാഹ്നം

വളരെക്കാലമായി ബ്രിട്ടൻ തുടർന്നുവരുന്ന സാമ്രാജ്യത്വചൂഷണം അവസാനിപ്പിക്കുന്നതിന് അതിനെതിരെ ജനങ്ങളെ സംഘടിപ്പിച്ച് പോരാട്ടത്തിന്റെയും സമരത്തിന്റെയും മാർഗ്ഗങ്ങൾ സ്വീകരിച്ച നേതാവായിരുന്നു ബിപിൻ ചന്ദ്രപാൽ. കൊളോണിയൽ വാഴ്ചക്കെതിരെയുള്ള പോരാട്ടത്തിൽ രഹസ്യമായ വിപ്ലവപ്രവർത്തനങ്ങളിൽ ഏർപ്പെടുന്നതിനും വ്യക്തിപരമായ തീവ്രവാദപ്രവർത്തനങ്ങൾ സംഘടിപ്പിക്കുന്നതിനും അദ്ദേഹം എതിരായിരുന്നു. ഈ പ്രശ്നത്തെച്ചൊല്ലി അരവിന്ദ ഘോഷുമായുണ്ടായ അഭിപ്രായവ്യത്യാസം മൂലമാണ് *വന്ദേമാതരം* പത്രത്തിൽ നിന്ന് അദ്ദേഹം രാജിവച്ചു പുറത്തു പോകാനിടയായത്. അദ്ദേഹത്തെ തിരിച്ചു കൊണ്ടുവരുന്നതിന് അരവിന്ദഘോഷ് നടത്തിയ ശ്രമങ്ങൾ ഫലം കണ്ടില്ല. 1919 ൽ ഇംഗ്ലണ്ട് സന്ദർശിച്ച കോൺഗ്രസ് പ്രതിനിധിസംഘാംഗങ്ങളിൽ പ്രമുഖനായിരുന്നു ചന്ദ്രപാൽ. ഗാന്ധിജിയുടെ നിസ്സഹകരണപ്രസ്ഥാനം പോലുള്ള സമരമാർഗ്ഗങ്ങൾ അദ്ദേഹത്തെ നിരാശപ്പെടുത്തി. തുർക്കിയുടെ നേരെ ബ്രിട്ടീഷുകാർ കൈക്കൊണ്ട വഞ്ചനാപരമായ നയം തിരുത്തിക്കുന്നതിനാണ് 1920 ൽ ഇന്ത്യയിലെ മുസ്ലീങ്ങൾ 'ഖിലാഫത്ത്' പ്രസ്ഥാനം ആരംഭിച്ചത്. കോൺഗ്രസ് ഇതിനു പിന്തുണ പ്രഖ്യാപിച്ചു. കോൺഗ്രസും

ഖിലാഫത്ത് നേതാക്കളും നിസ്സഹകരണ പ്രസ്ഥാനത്തിലൂടെ വളർത്തിയെടുക്കാൻ ശ്രമിച്ച ഹിന്ദു മുസ്ലീം മൈത്രി കൃത്രിമമാണെന്ന പക്ഷക്കാരനായിരുന്നു ബിപിൻ ചന്ദ്രപാൽ. നിസ്സഹകരണപ്രസ്ഥാനത്തെ ഖിലാഫത്തുമായി ബന്ധിപ്പിക്കുന്നതിൽ പ്രതിഷേധിച്ച് ചന്ദ്രപാൽ നിസ്സഹകരണപ്രസ്ഥാനത്തിൽ നിന്ന് വിട്ടുനിന്നു. ബിപിൻ ചന്ദ്രപാലിന്റെ നിലപാടുകൾ കാലത്തിന് മുമ്പേ പറന്ന പക്ഷികളുടെ ദീർഘദർശനങ്ങളായി പരിണമിച്ചത് ചരിത്രം. 1925 ൽ ചന്ദ്രപാൽ ഇന്ത്യൻ നാഷണൽ കോൺഗ്രസ് വിടുകയും സജീവരാഷ്ട്രീയത്തിൽ നിന്ന് പൂർണ്ണമായി മാറിനില്ക്കുകയും ചെയ്തു. അദ്ദേഹത്തിന്റെ ഒഴിഞ്ഞുമാറൽ തീവ്രദേശീയവാദികൾക്ക് വലിയ ആഘാതമായിരുന്നു. 1932 ൽ അദ്ദേഹം കൽക്കത്തയിൽ ദിവംഗതനായി. ധീരനായ ദേശാഭിമാനിയും ബംഗാളിനവോത്ഥാനനായകരിൽ പ്രമുഖനുമായിരുന്ന ബിപിൻ ചന്ദ്രപാലിന്റെ സ്മരണ ജനമനസ്സുകളിൽ നിറഞ്ഞു നില്ക്കുന്നു.

4

അരവിന്ദഘോഷ് (1872–1950)

"ലോകം മുഴുവൻ സ്വാതന്ത്ര്യത്തിനുവേണ്ടി കേഴുന്നു. എങ്കിലും ഓരോ ജീവജാലവും അടിമത്തത്തിന്റെ ചങ്ങലയുമായി പ്രണയ ത്തിലാണ്. ഇത് നമ്മുടെ പ്രകൃതിയുടെ ആദ്യത്തെ വിരോധാഭാ സമാണ് അഴിച്ചുമാറ്റാനാവാത്ത കുരുക്കാണ്."

അരവിന്ദഘോഷ്

തീവ്രവാദിയായ ആദ്യകാല കോൺഗ്രസ് നേതാവ്, സ്വാതന്ത്ര്യസമരസേനാനി, ഗ്രന്ഥകർത്താവ്, തത്ത്വചിന്ത കൻ, ബഹുഭാഷാ പണ്ഡി തൻ, യോഗീവര്യൻ, കവി എന്നീ നിലകളിൽ അസാധാ രണമായ വ്യക്തിത്വത്തിന്റെ ഉടമയായിരുന്നു അരവിന്ദ ഘോഷ്. ഇന്ത്യൻ ദേശീയപ്ര സ്ഥാനത്തിലെ തീവ്രദേശീയ വാദികളുടെ സൈദ്ധാന്തികാ ചാര്യനായി അദ്ദേഹം അറിയ പ്പെടുന്നു. 1872 ആഗസ്ത് 15 ന് കൽക്കത്തയിൽ ഒരു സമ്പ ന്ന കുടുംബത്തിൽ ജനിച്ചു. അദ്ദേഹത്തിന്റെ അച്ഛൻ ഡോ. കൃഷ്ണധൻ ഘോഷ് ഇംഗ്ലണ്ടിൽ വൈദ്യശാസ്ത്ര

ത്തിൽ ഉപരിപഠനം നടത്തിയ ആളായിരുന്നു. അമ്മ സ്വർണ്ണലതാ ദേവി കുലീനയും സംസ്കാരസമ്പന്നയുമായ ഒരു സ്ത്രീയായിരുന്നു. അവരുടെ ആറു മക്കളിൽ മൂന്നാമത്തെ പുത്രനായിരുന്നു അരവിന്ദൻ. ഇംഗ്ലീഷുകാരുടെ ജീവിതരീതിയിലും സംസ്കാരത്തിലും വലിയ മതിപ്പുള്ള വ്യക്തിയായിരുന്നു ഡോ. ഘോഷ്. തന്റെ മക്കളെ ഇംഗ്ലീഷ് രീതിയിൽ വിദ്യാഭ്യാസം ചെയ്യിക്കണം എന്ന ഉദ്ദേശ്യത്തോടുകൂടി അരവിന്ദനെയും രണ്ടു ജ്യേഷ്ഠ സഹോദരങ്ങളെയും ഡാർജിലിങ്ങിലെ യൂറോപ്യൻ സ്കൂളായ ലോററ്റോ കോൺവെന്റ് സ്കൂളിൽ ചേർത്തു പഠിപ്പിച്ചു. ഏഴാമത്തെ വയസ്സിൽ രണ്ടു ജ്യേഷ്ഠ സഹോദരന്മാരുമൊത്ത് അരവിന്ദനെ ഇംഗ്ലണ്ടിൽ അയയ്ക്കുകയും മാഞ്ചസ്റ്ററിലുള്ള ഒരു ഇംഗ്ലീഷ് കുടുംബത്തിൽ താമസിപ്പിച്ച് പഠിപ്പിക്കുകയും ചെയ്തു. 1884 ൽ ലണ്ടനിലെ സെന്റ് പോൾസ് സ്കൂളിൽ ചേർന്നു. 1889 വരെ അവിടെ പഠനം തുടർന്നു. 1890 ൽ കേംബ്രിഡ്ജിലെ കിങ്സ് കോളേജിൽ പഠനം പൂർത്തിയാക്കി. ഇംഗ്ലീഷ് ഭാഷയ്ക്ക് പുറമെ ഗ്രീക്ക്, ലാറ്റിൻ, ഫ്രഞ്ച്, ജർമ്മൻ, ഇറ്റാലിയൻ, സ്പാനിഷ് എന്നീ ഭാഷകളും പഠിച്ചു. 1890 ൽ പിതാവിന്റെ ആഗ്രഹപ്രകാരം ഇന്ത്യൻ സിവിൽ സർവ്വീസ് പരീക്ഷയ്ക്ക് ചേർന്നു. എന്നാൽ ഐ സി എസ് പരീക്ഷ പാസായെങ്കിലും പ്രൊബേഷൻ തൃപ്തികരമായി പൂർത്തിയാക്കാൻ കഴിയാതെ വന്നതിനാൽ അയോഗ്യത കല്പിക്കപ്പെട്ടു. എന്നാൽ കൊളോണിയൽ ഭരണത്തിന്റെ കീഴിൽ ഐ സി എസ് പോലുള്ള ഭരണ നിർവ്വഹണപരമായ പദവികളിൽ അദ്ദേഹത്തിന് തീരെ താല്പര്യമുണ്ടായിരുന്നില്ല. ഈ ഘട്ടത്തിൽ ബറോഡ മഹാരാജാവ് അദ്ദേഹത്തിന് ബറോഡ സ്റ്റേറ്റ് സർവ്വീസിൽ നിയമനം വാഗ്ദാനം ചെയ്തു.

ബറോഡാ സർവ്വീസും പൊതുപ്രവർത്തനവും

1893 ൽ ഇന്ത്യയിൽ തിരിച്ചെത്തിയ അരവിന്ദഘോഷ് ബറോഡ സ്റ്റേറ്റ് സർവ്വീസിൽ പ്രവേശിച്ചു. റെവന്യൂ ഡിപ്പാർട്ടുമെന്റിൽ ആരംഭിച്ച അദ്ദേഹത്തിന്റെ സ്തുത്യർഹമായ സേവനത്തിന് ബറോഡ മഹാരാജാസ് കോളേജിലെ വൈസ് പ്രിൻസിപ്പാൾ പദവിയിലാണ് വിരാമം കുറിച്ചത്. ആഴവും പരപ്പുമുള്ള വായനയിലൂടെയും സർഗ്ഗാത്മകമായ എഴുത്തിലൂടെയും സ്വയം സംസ്കരണത്തിന്റെയും സാഹിത്യസപര്യയുടെയും സാർത്ഥകമായ ഒരു കാലഘട്ടമായി അത് മാറുകയും ചെയ്തു. പില്ക്കാലത്ത് പ്രസിദ്ധീകരിക്കപ്പെട്ട കവിതകളിൽ ഏറെയും രചിക്കപ്പെട്ടത് ഈ കാലഘട്ടത്തിലായിരുന്നു. സംസ്കൃതവും ഏഴ് ഭാരതീയ ഭാഷകളും പഠിക്കുകയും ഭാരതീയ സംസ്കാരത്തിന്റെ ആത്മാവു കണ്ടെത്തുന്നതിന് അശാന്തപരിശ്രമം നടത്തുകയും ചെയ്തു. ബറോഡ സർവ്വീസിൽ സേവനമനുഷ്ഠിക്കുമ്പോൾത്തന്നെ അദ്ദേഹം രാഷ്ട്രീയകാര്യങ്ങളിൽ തല്പരനായിരുന്നു. എന്നാൽ സർവ്വീസ് റൂൾ പ്രകാരം ഒരു സർക്കാർ ഉദ്യോഗസ്ഥന് പരസ്യമായി രാഷ്ട്രീയപ്രവർത്തനം നടത്താൻ തടസ്സങ്ങൾ ഉണ്ടാ

യിരുന്നു. *വന്ദേമാതരം* പത്രത്തിന്റെ എഡിറ്റർ പദവി ഏറ്റെടുക്കുകയും ജനങ്ങളിൽ ദേശാഭിമാനം പ്രചോദിപ്പിക്കാൻ പത്രത്താളുകൾ ഉപയോഗിക്കുകയും ചെയ്തു. ഇതിൽ അമർഷംകൊണ്ട ബ്രിട്ടീഷ് സർക്കാർ അദ്ദേഹത്തെ പ്രോസിക്യൂട്ട് ചെയ്തു. കോൺഗ്രസിലെ തീവ്രദേശീയവാദികളുടെ പ്രമുഖനേതാക്കളിൽ ഒരാളായി അരവിന്ദഘോഷ് അറിയപ്പെടാൻ തുടങ്ങി. തീവ്രദേശീയവാദികളുടെ നയപരിപാടികൾക്ക് രൂപം നല്കുന്നവരിൽ ഒരാളായി മാറുന്നതിനും അദ്ദേഹത്തിന് കഴിഞ്ഞു. സൈദ്ധാന്തിക മേഖലകളിൽ അദ്ദേഹം പുലർത്തിയിരുന്ന ഔന്നത്യം എല്ലാവരാലും അംഗീകരിക്കപ്പെട്ടു. 1905 ൽ ബംഗാൾ വിഭജനത്തിനെതിരെയുള്ള പ്രക്ഷോഭം കൊടുമ്പിരിക്കൊണ്ടപ്പോൾ അദ്ദേഹം ബറോഡ സർവ്വീസ് ഉപേക്ഷിക്കുകയും പരസ്യമായ രാഷ്ട്രീയപ്രവർത്തനം ആരംഭിക്കുകയും ചെയ്തു. 1906 ൽ അരവിന്ദഘോഷ് ദേശീയവിദ്യാഭ്യാസം പ്രോത്സാഹിപ്പിക്കുന്നതിന് പുതുതായി സ്ഥാപിക്കപ്പെട്ട ബംഗാൾ നാഷണൽ കോളേജിലെ പ്രിൻസിപ്പലായി ചുമതലയേറ്റു.

വിവാഹ ജീവിതം

1901 ൽ അരവിന്ദൻ സുന്ദരിയായ മൃണാളിനീദേവിയെ വിവാഹം ചെയ്തു. ഒരുവർഷത്തെ സന്തോഷകരമായ ദാമ്പത്യജീവിതത്തിനു ശേഷം മൃണാളിനിദേവി ഷില്ലോങ്ങിലുള്ള തന്റെ പിതാവിന്റെ വസതിയിലേക്ക് തിരിച്ചു പോയി. ഈ സാഹചര്യത്തിൽ കത്തുകളിലൂടെയാണ് അവർ ഹൃദയാഭിലാഷങ്ങൾ കൈമാറിയിരുന്നത്. ഒരിക്കൽ അരവിന്ദന് കലശലായ വിധത്തിൽ രോഗബാധയുണ്ടായപ്പോൾ മൃണാളിനി അദ്ദേഹത്തെ ശുശ്രൂഷിക്കാനായി എത്തുകയും രോഗം ഭേദമായതിനുശേഷം തിരിച്ചുപോകുകയും ചെയ്തു. തന്റെ കൂടെ പോണ്ടിച്ചേരിയിൽ വന്നു താമസിക്കാൻ പ്രിയപത്നിക്ക് അരവിന്ദൻ അനുവാദം നല്കിയെങ്കിലും അതിന് കഴിയാതെ ആ മഹതി അകാലചരമം പ്രാപിച്ചു.

രഹസ്യമായ വിപ്ലവപ്രവർത്തനങ്ങൾ

അരവിന്ദഘോഷിന്റെ രാഷ്ട്രീയ ജീവിതത്തിൽ മൂന്നുഘട്ടങ്ങൾ ഉള്ളതായി കാണാം. അതിലാദ്യത്തേത് സായുധവിപ്ലവത്തെ ലക്ഷ്യമാക്കിയുള്ള അതീവ രഹസ്യമായ സംഘടനാ തയ്യാറെടുപ്പായിരുന്നു. രാജ്യത്തുടനീളം സഞ്ചരിച്ച് ദേശീയ സ്വാതന്ത്ര്യത്തിന്റെ ആവശ്യകതയെക്കുറിച്ച് ജനങ്ങളെ ബോധവാന്മാരാക്കുന്നതായിരുന്നു രണ്ടാം ഘട്ടം. നിസ്സഹകരണപ്രസ്ഥാനം വഴിയും സംഘടിതമായ ചെറുത്തുനില്പുകൾ വഴിയും ബ്രിട്ടീഷ് കൊളോണിയൽ വാഴ്ചയെ അവസാനിപ്പിക്കുക എന്നതായിരുന്നു മൂന്നാം ഘട്ടം. 1902 മുതൽ 1906 വരെയുള്ള കാലയളവ് അരവിന്ദഘോഷ് പൂർണ്ണമായും വിപ്ലവകരമായ രാഷ്ട്രീയപ്രവർത്തനങ്ങൾക്കായി വിനിയോഗിച്ചു. *ഇന്ദു പ്രകാശ്* എന്ന ഇംഗ്ലീഷ് വാരികയിൽ

'പഴയ വിളക്കുകൾക്കു പകരം പുതിയ വിളക്കുകൾ'എന്ന തലക്കെട്ടിൽ ഒരു ലേഖനപരമ്പര പ്രസിദ്ധീകരിച്ചു. ആ ലേഖനങ്ങളിലൂടെ പ്രാർത്ഥനയിലും ഹർജിയിലും അടിസ്ഥാനമാക്കിയുള്ള കോൺഗ്രസ് നയത്തെ കഠിനമായ ഭാഷയിൽ വിമർശിക്കുകയും സ്വാശ്രയത്വത്തിന്റെയും നിർഭയതയുടെയും അടിസ്ഥാനത്തിലുള്ള കർമ്മോന്മുഖമായ ഒരു ദേശീയനേതൃത്വം ആവശ്യമായിരിക്കുന്നുവെന്ന് പ്രഖ്യാപിക്കുകയും ചെയ്തു. ബംഗാളിലെ യുവ വിപ്ലവകാരികളുടെ ചില രഹസ്യസംഘടനകളുമായി അദ്ദേഹം സജീവമായ ബന്ധം പുലർത്തി. ബറോഡ ആർമിയിലെ ഒരംഗമായ ജതിൻ ബാനർജിയെ ബംഗാളിലേക്ക് ക്ഷണിക്കുകയും രഹസ്യമായ വിപ്ലവപ്രവർത്തനങ്ങൾക്ക് നേതൃത്വം നല്കുകയും ചെയ്തു. വിപ്ലവകരമായ ആശയങ്ങൾ പ്രചരിപ്പിക്കുന്നതിനും വിപ്ലവസംഘടനയിലേക്ക് യുവാക്കളെ റിക്രൂട്ട് ചെയ്യുന്നതിനും അരവിന്ദഘോഷിന് കഴിഞ്ഞു. ഇത്തരം പ്രവർത്തനങ്ങൾക്കുവേണ്ട സാമ്പത്തികസഹായം ബംഗാളിലെ പൗരന്മാരിൽ നിന്ന് അദ്ദേഹത്തിന് നിർല്ലോഭം ലഭിച്ചിരുന്നു. യുവാക്കളുടെ രഹസ്യവിപ്ലവസംഘങ്ങൾ എല്ലാ പട്ടണങ്ങളിലും ഗ്രാമങ്ങളിലും നിലവിൽ വന്നു. പൊലീസിന് പിടികൊടുക്കാതെ സാംസ്കാരിക ജീവകാരുണ്യസംഘങ്ങളുടെ മറവിലായിരുന്നു വിപ്ലവസംഘങ്ങൾ പ്രവർത്തിച്ചിരുന്നത്. ഒരു സായുധസമരത്തിന് പ്രാപ്തമാക്കുന്ന വിധത്തിൽ യുവാക്കൾക്ക് കായിക പരിശീലനം നല്കിയിരുന്നു. കുതിരസവാരി, കായിക വിനോദങ്ങൾ എന്നിവയോടൊപ്പം വിപ്ലവകരമായ ആശയങ്ങളും വിനിമയം ചെയ്യപ്പെട്ടു. യുവാക്കളുടെ സംഘടിതമായ ഒരു വിപ്ലവമുന്നേറ്റം ബംഗാളിൽ രൂപംകൊള്ളുകയായിരുന്നു.

തീവ്രദേശീയതയുടെ സൈദ്ധാന്തികാചാര്യൻ

ബംഗാൾ വിഭജനത്തെത്തുടർന്ന് കലാപകലുഷിതമായ അന്തരീക്ഷം രാജ്യത്ത് ഉടലെടുക്കുകയും അത് തീവ്രദേശീയതയിൽ അധിഷ്ഠിതമായ സ്വാതന്ത്ര്യസമരത്തിന് തുടക്കം കുറിക്കുകയും ചെയ്തു. ഈ സാഹചര്യത്തിൽ അരവിന്ദഘോഷിന്റെ പ്രവർത്തനങ്ങളും ഈ ദിശയിലേക്ക് തിരിഞ്ഞു. വിപ്ലവകരമായ രഹസ്യപ്രവർത്തനങ്ങൾ നിർത്തിവയ്ക്കുകയും സ്വദേശിപ്രസ്ഥാനത്തെ തീവ്രദേശീയതയുടെ രംഗവേദിയായി മാറ്റുകയും ചെയ്തു. ഈ ഘട്ടത്തിൽ അരവിന്ദഘോഷ് പത്രാധിപരായി *യുഗാന്തർ* എന്ന വാരിക ആരംഭിക്കുകയും അതിലൂടെ അധിനിവേശശക്തികൾക്കെതിരെ തുറന്ന പോരാട്ടത്തിന് ദേശീയ വിപ്ലവകാരികൾ ആഹ്വാനം ചെയ്യുകയും ബ്രിട്ടീഷ് ഭരണത്തോട് പൂർണ്ണമായ നിസ്സഹകരണം ആവശ്യപ്പെടുകയും ചെയ്തു. "ഇന്ത്യയിലെ 30 കോടി ജനങ്ങൾ അവരുടെ 60 കോടി കൈകൾ ഉയർത്തി ഈ അടിമത്തത്തിന്റെ ശാപം തടയണം. ബലപ്രയോഗത്തെ ബലപ്രയോഗം കൊണ്ടു തന്നെ നേരിടണം." വാരിക ആഹ്വാനം ചെയ്തു. ബംഗാളിന്റെ മുക്കിലും മൂലയിലും പ്രവർത്തിച്ചിരുന്ന യുവാക്കളുടെ രഹസ്യവിപ്ലവഗ്രൂപ്പുകൾ

അതിന്റെ പരിപാടിയായി ഭീകരപ്രവർത്തനം അംഗീകരിച്ചിരുന്നില്ല. എങ്കിലും ആ നിലയ്ക്കുള്ള പ്രവർത്തനങ്ങൾ ബ്രിട്ടീഷ് സർക്കാരിന്റെ കിരാതമായ അടിച്ചമർത്തലുകളുടെ ഫലമായി ബംഗാളിൽ പലയിടത്തും സ്വാഭാവികമായി ഉയർന്നുവന്നു.

യുവാക്കളുടെ നേതൃത്വത്തിൽ വിപ്ലവകരമായ ആശയങ്ങൾ പ്രചരിപ്പിക്കുന്നതിനും പ്രയോഗത്തിൽ കൊണ്ടുവരുന്നതിനും അരവിന്ദ ഘോഷ് പ്രത്യേക താല്പര്യമെടുത്തിരുന്നു. സ്വദേശിപ്രസ്ഥാനത്തിന്റെ ഗ്രാമതലത്തിലുള്ള കുന്തമുനകളായി യുവാക്കളുടെ സംഘങ്ങളെ അദ്ദേഹം മാറ്റിയെടുത്തു. സ്വദേശിപ്രസ്ഥാനം കോൺഗ്രസിന്റെ ദേശീയ അജണ്ടയിൽ ഒന്നാക്കിമാറ്റിയെടുക്കുന്നതിനും അദ്ദേഹത്തിന് കഴിഞ്ഞു. ബ്രിട്ടീഷുകാർ ഇന്ത്യയിൽ നടത്തിക്കൊണ്ടിരുന്ന സാമ്പത്തിക ചൂഷണത്തിന്റെ ആഴവും വ്യാപ്തിയും വ്യക്തമാക്കുന്ന *ദെഷർ കഥ* എന്ന ഗ്രന്ഥം പ്രസിദ്ധീകരിക്കുകയും ബംഗാളിലെ യുവജനങ്ങളെ വൻതോതിൽ സ്വദേശിപ്രസ്ഥാനത്തിലേക്ക് ആകർഷിക്കുന്നതിന് അത് നിമിത്തമാവുകയും ചെയ്തു. ഭാരതീയരുടെ മതപരവും ആത്മീയവുമായ പാരമ്പര്യങ്ങളെ ആ ഗ്രന്ഥം ഉയർത്തിപ്പിടിച്ചു.

തിലകൻ, ബിപിൻ ചന്ദ്രപാൽ തുടങ്ങിയ സമുന്നതരായ നേതാക്കളുമായി ആലോചിച്ച് സ്വദേശി പ്രസ്ഥാനത്തിന് സമൂർത്തമായ രൂപം നല്കുക എന്നതായിരുന്നു അരവിന്ദഘോഷ് രാഷ്ട്രീയരംഗത്ത് നേരിട്ട ആദ്യത്തെ വെല്ലുവിളി. ആ കാലഘട്ടത്തിൽ ഇന്ത്യൻ നാഷണൽ കോൺഗ്രസിൽ സ്വാധീനം ചെലുത്തിയിരുന്നത് മിതവാദികളുടെ പരിഷ്കരണ–സാമ്രാജ്യത്വപ്രീണന നയങ്ങളായിരുന്നു. എന്നാൽ ബംഗാൾ വിഭജനത്തിനെതിരെ ഉയർന്നു വന്ന പ്രക്ഷോഭസമരങ്ങൾ ശക്തിയാർജ്ജിച്ചതോടെ പുരോഗമനപരമായ ചിന്തകൾക്കും പോരാട്ടങ്ങളിൽ ഊന്നിയുള്ള പ്രവർത്തനങ്ങൾക്കും കോൺഗ്രസിൽ ഇടം ലഭിക്കാൻ തുടങ്ങി. തീവ്രദേശീയവാദികൾക്ക് കോൺഗ്രസിൽ അക്കാലത്ത് വലിയ തോതിൽ അനുയായികൾ ഉണ്ടായിരുന്നില്ല. അതുകൊണ്ടുതന്നെ കോൺഗ്രസിന്റെ നയരൂപീകരണത്തിൽ വലിയ സ്വാധീനം ചെലുത്താനും അവർക്ക് കഴിഞ്ഞിരുന്നില്ല. തീവ്രദേശീയവാദികളുടെ രാഷ്ട്രീയതത്ത്വശാസ്ത്രം എന്നു പറയാവുന്നത് നിസ്സഹകരണപ്രസ്ഥാനത്തെക്കുറിച്ചുള്ള നേതാക്കളുടെ അവ്യക്തമായ സുവിശേഷപ്രസംഗങ്ങളായിരുന്നു. കോൺഗ്രസിന്റെ വാർഷികസമ്മേളനങ്ങളിൽ മിതവാദികളുമായി നടത്തിയിരുന്ന തീരെ ഫലപ്രദമല്ലാതിരുന്ന ആശയസംവാദങ്ങൾക്കപ്പുറം കാര്യമായി ഒന്നും ചെയ്യാൻ അവർക്കു കഴിഞ്ഞിരുന്നില്ല. ഈ അവസ്ഥയ്ക്ക് സമഗ്രമായ ഒരു പൊളിച്ചെഴുത്ത് നടത്തണമെന്ന് അരവിന്ദഘോഷ് തീരുമാനിച്ചു. ബാലഗംഗാധര തിലകനെ മുൻനിർത്തി, വ്യക്തതയുള്ളതും പുരോഗമനപരവുമായ പരിപാടികളിലൂടെ വൃദ്ധരായ മിതവാദി നേതാക്കളുടെ സാമ്രാജ്യത്വ പ്രീണനനയങ്ങളെ ശക്തമായി തുറന്നുകാണിക്കാനും ഇന്ത്യൻ നാഷണൽ കോൺഗ്രസിനെ അവരിൽ നിന്ന് മോചിപ്പിക്കാനും

അദ്ദേഹം തീരുമാനിച്ചു. അതോടെയാണ് ഇന്ത്യൻ സ്വാതന്ത്ര്യസമരത്തിന്റെ മുഖച്ഛായ മാറ്റിയ മിതവാദികളും തീവ്രവാദികളും തമ്മിലുള്ള ആശയസമരങ്ങൾക്ക് പുതിയമാനങ്ങൾ കൈവന്നതെന്ന് വിലയിരുത്തപ്പെടുന്നു.

ബ്രിട്ടീഷ് സാമ്രാജ്യത്വം വളരെ ശക്തമാണെന്നും അതുകൊണ്ട് ദേശീയസ്വാതന്ത്ര്യത്തെക്കുറിച്ച് ചിന്തിക്കാൻ പോലും ഇന്ത്യക്കാവില്ലെന്നുമുള്ള ഒരുതരം അധമവിചാരം മിതവാദികൾക്കിടയിൽ അക്കാലത്ത് വളരെ പ്രബലമായിരുന്നു. ബ്രിട്ടന്റെ സൈനികശേഷി നാം കരുതുന്നു പോലെ ശക്തമല്ലെന്നും സംഘടിതമായ ബഹുജനപ്രസ്ഥാനവും വിദേശത്തുനിന്നുള്ള സഹായവും ഉപയോഗിച്ച് കൊളോണിയൽശക്തിയെ അതിജീവിക്കാൻ കഴിയുമെന്നും അരവിന്ദഘോഷ് ആത്മവിശ്വാസം പ്രകടിപ്പിച്ചു. ഇന്ത്യയെപ്പോലെ വിശാലമായ ഒരു രാജ്യത്ത് ഗറില്ലായുദ്ധമുറകൾ ഉപയോഗിച്ചും ജനങ്ങളുടെ കൂട്ടായ പ്രതിരോധം ചമച്ചും നിസ്സഹകരണപ്രസ്ഥാനം ശക്തിപ്പെടുത്തിയും രാജ്യത്തെ സ്വാതന്ത്ര്യത്തിലേക്ക് നയിക്കാമെന്നാണ് അരവിന്ദഘോഷ് കണക്കുകൂട്ടിയത്. ഇന്ത്യൻ സൈന്യത്തിൽ ഒരു കലാപം സൃഷ്ടിക്കുന്നതിനുള്ള സാദ്ധ്യതയും അദ്ദേഹം തള്ളിക്കളഞ്ഞില്ല. ഇന്ത്യൻജനതയുടെ സ്വാതന്ത്ര്യത്തിനുവേണ്ടിയുള്ള സമരങ്ങളെ ബ്രിട്ടീഷുകാർ എതിർക്കുമെങ്കിലും അതിനെതിരെ വളരെ കർക്കശവും വിട്ടുവീഴ്ചയില്ലാത്തതുമായ ഒരു നിലപാട് അവസാനംവരെ സ്വീകരിക്കാൻ ബ്രിട്ടന് കഴിയുകയില്ല എന്ന വിലയിരുത്തലാണ് അദ്ദേഹം നടത്തിയത്. രാജ്യത്ത് ശക്തിയാർജ്ജിച്ചുവരുന്ന കൊളോണിയൽ വിരുദ്ധ കലാപങ്ങളും സമരങ്ങളും അവസാനം ബ്രിട്ടനെ വിട്ടുവീഴ്ചയ്ക്ക് പ്രേരിപ്പിക്കുമെന്നും ഇന്ത്യക്ക് സ്വാതന്ത്ര്യം നല്കാനുള്ള ഒരു തീരുമാനത്തിന് അതവരെ നിർബ്ബന്ധിതമാക്കുമെന്നും അദ്ദേഹം പ്രതീക്ഷിച്ചു.

പില്ക്കാലത്ത് ഒരു ഹിന്ദുസന്ന്യാസിയായി മാറിയ അരവിന്ദനെ അഹിംസാസിദ്ധാന്തത്തിന്റെ വക്താവായി വ്യാഖ്യാനിക്കുന്നവരുണ്ട്. എന്നാൽ അരവിന്ദഘോഷ് കേവലം ഷണ്ഡനായ ഒരു ധർമ്മപ്രബോധകനോ ദുർബ്ബലനായ ഒരു സമാധാനകാംക്ഷിയോ ആയിരുന്നില്ല എന്ന് അദ്ദേഹം തന്നെ ഇത്തരം വിമർശനങ്ങൾക്ക് മറുപടി പറഞ്ഞിട്ടുണ്ട്. ദേശീയപ്രസ്ഥാനത്തിന്റെ ഭാഗമായി വിശാലമായ അർത്ഥത്തിലുള്ള രാഷ്ട്രീയ പ്രവർത്തനങ്ങളെ അന്തിമമായി കൊളോണിയൽ വാഴ്ചക്കെതിരായചെറുത്തുനില്പുകളുമായി ബന്ധപ്പെടുത്താൻ അരവിന്ദഘോഷ് നിർദ്ദേശിച്ചത്, അക്രമരാഹിത്യത്തിന്റെയോ സമാധാനകാംക്ഷയുടെയോ നിലപാടുകളുമായി ബന്ധപ്പെട്ടായിരുന്നില്ല. ഒരു രാഷ്ട്രം എന്ന നിലയിൽ ഇന്ത്യയ്ക്ക് അതിന്റെ പരമമായ സ്വാതന്ത്ര്യം ഒരു കലാപത്തിലൂടെ നേടിയെടുക്കാനുള്ള എല്ലാ അവകാശങ്ങളും ഉണ്ടെന്ന് വിശ്വസിച്ചിരുന്ന ദേശീയനേതാവായിരുന്നു അരവിന്ദഘോഷ്. മറ്റ് വഴികളൊന്നുമില്ലെങ്കിൽ അങ്ങനെ ചെയ്യുന്നതിൽ ധാർമ്മികമായി യാതൊരു തെറ്റും അദ്ദേഹം കണ്ടിരുന്നില്ല. അതങ്ങനെ തന്നെ വേണോ എന്നത് അപ്പോൾ സ്വീകരിക്കാവുന്ന ഏറ്റവും

നല്ല നയത്തെ ആശ്രയിച്ചായിരിക്കണം എന്നു മാത്രം. അതല്ലാതെ ധാർമ്മികമായ പരിഗണനകളെ ആധാരമാക്കിയാവരുത്. ഇക്കാര്യത്തിൽ അരവിന്ദഘോഷിന്റെ ചിന്താഗതിയും ബാലഗംഗാധര തിലകന്റെയും മറ്റ് തീവ്ര ദേശീയവാദി നേതാക്കളുടെയും നിലപാടുകളും ഒന്നുതന്നെയായിരുന്നു. അരവിന്ദഘോഷ് ദേശീയ പ്രസ്ഥാനത്തിലെ കറതീർന്ന അഹിംസാവാദിയോ വിട്ടുവീഴ്ചയില്ലാത്തസമാധാനകാംക്ഷിയോ ആയിരുന്നില്ല എന്ന് വ്യക്തമാക്കാനാണ് ഇത്രയും വിശദീകരിച്ചത്.

കോൺഗ്രസിനെ സജീവമാക്കാനുള്ള തീവ്രപരിശ്രമങ്ങൾ

ഇന്ത്യയുടെ പരിപൂർണ്ണസ്വാതന്ത്ര്യമാണ് തങ്ങളുടെ ആത്യന്തിക ലക്ഷ്യമെന്ന് അർത്ഥശങ്കയ്ക്കിട നല്കാത്ത വിധത്തിൽ വെട്ടിത്തുറന്ന് പ്രഖ്യാപിക്കുന്നതിന് തിലകന്റെ നേതൃത്വത്തിൽ അരവിന്ദഘോഷ് മുന്നോട്ടുവന്നു. കൊളോണിയൽ നിയന്ത്രണമുള്ള സ്വയംഭരണമെന്ന മിതവാദികളുടെ ആവശ്യത്തെ അരവിന്ദഘോഷ് തിരസ്കരിച്ചു. പൂർണ്ണസ്വരാജ് നേടിയെടുക്കുന്നതിന് വ്യക്തമായ ഒരു കർമ്മപരിപാടിക്ക് രൂപം നല്കുന്നതിനും തീവ്രദേശീയവാദികൾക്ക് കഴിഞ്ഞു. ബ്രിട്ടീഷ് സാമ്രാജ്യത്വത്തിനെതിരെ അയർലണ്ടിൽ പരീക്ഷിച്ച് വിജയിച്ച പരിപാടിയുടെ മാതൃകയിലാണ് അതിന് രൂപകല്പന ചെയ്തത്. അതനുസരിച്ച് ശക്തമായ ഒരു ദേശീയപ്രസ്ഥാനവും അതിന്റെ നേതൃത്വത്തിൽ അധിനിവേശ സർക്കാരിനെതിരെ സമ്പൂർണ്ണമായ നിസ്സഹകരണവുമാണ് വിഭാവന ചെയ്തത്. വിദേശചരക്കുകളുടെ ബഹിഷ്കരണവും അതിന്റെ സ്ഥാനത്ത് സ്വദേശിചരക്കുകളുടെ ഉപയോഗവും ബ്രിട്ടീഷ് കോടതികളുടെ ബഹിഷ്കരണവും പകരം ആർബ്രിട്രേഷൻ കോടതികളുടെ സ്ഥാപനവും വിദേശ സർവ്വകലാശാലകളുടെയും സ്കൂളുകളുടെയും ബഹിഷ്കരണവും പകരം ദേശീയ കോളേജുകളുടെയും സ്കൂളുകളുടെയും സ്ഥാപനവും, ബ്രിട്ടീഷ് പൊലീസിനു പകരം സായുധപരിശീലനം നേടിയ യുവാക്കളുടെ സൊസൈറ്റികളും തുടങ്ങി എല്ലാ മേഖലകളിലും സാമ്രാജ്യത്വ സർക്കാരിനെതിരെ ദേശീയ ബദൽ പരിപാടികളുമായി ജനങ്ങളുടെ സംഘടിതമായ ചെറുത്തുനില്പ് കരുപ്പിടിപ്പിക്കാനാണ് അരവിന്ദഘോഷ് ശ്രമിച്ചത്. കോൺഗ്രസിൽ സ്വാധീനമുറപ്പിച്ച് ആ സംഘടനയെ ഉപയോഗിച്ച് രാജ്യവ്യാപകമായി ജനകീയപ്രക്ഷോഭം അഴിച്ചുവിട്ട് ഭാരതത്തെ സ്വാതന്ത്ര്യത്തിലേക്ക് നയിക്കുക എന്ന തന്ത്രമാണ് ആവിഷ്കരിച്ചത്. താൻ എഡിറ്ററായി പ്രവർത്തിക്കുന്ന *വന്ദേമാതര*ത്തെ കോൺഗ്രസിന്റെ മുഖപത്രമായി മാറ്റണമെന്നും അരവിന്ദഘോഷ് ആവശ്യപ്പെട്ടു. 1907 മുതൽ പത്രത്തിന്റെ നയരൂപീകരണം നടത്തിയിരുന്നതും എഡിറ്റിങ് ജോലി നിർവ്വഹിച്ചിരുന്നതും അരവിന്ദഘോഷ് ആയിരുന്നു. ഇന്ത്യ മുഴുവൻ വലിയ പ്രചാരം നേടാനും ഈ പത്രത്തിന് കഴിഞ്ഞു. ജനങ്ങളിൽ രാജ്യസ്നേഹത്തിലധിഷ്ഠിതമായ പുരോഗമനചിന്തകൾ ഉണർത്തിവിടുന്നതിനും ദേശീയവിദ്യാഭ്യാസം പ്രചരിപ്പിക്കുന്നതിനും ഈ

പത്രം വഹിച്ചിട്ടുള്ള പങ്ക് നിസ്തുലമാണ്.

അതുവരെ സംഘാടകനും എഴുത്തുകാരനുമായി അണിയറയിൽ പ്രവർത്തിച്ച അരവിന്ദഘോഷ്, മറ്റ് ദേശീയനേതാക്കളെല്ലാം ജയിലിൽ അടയ്ക്കപ്പെട്ട സാഹചര്യത്തിൽ പൊതുരംഗത്തുവരികയും ബംഗാളിലെ സമുന്നതനായ നേതാവായി ഏവരാലും അംഗീകരിക്കപ്പെടുകയും ചെയ്തു. തീവ്രദേശീയവാദികളുടെ വേദികളിൽ മുഖ്യപ്രാസംഗികനായി അദ്ദേഹം പ്രത്യക്ഷപ്പെട്ടു. അഹമ്മദാബാദ് (1902), ബോംബെ (1904), കാശി (1905), കൽക്കത്ത (1906), സൂറത്ത് (1907) എന്നീ കോൺഗ്രസ് സമ്മേളനങ്ങളിൽ അദ്ദേഹം പങ്കെടുത്തു. ചരിത്രപ്രധാനമായ സൂറത്ത് സമ്മേളനത്തിലാണ് കോൺഗ്രസിലെ മിതവാദികളും തീവ്രവാദികളും തമ്മിൽ അഭിപ്രായവ്യത്യാസം മൂർച്ഛിച്ച് തെറ്റിപ്പിരിഞ്ഞത്.

ആലിപ്പൂർ ഗൂഢാലോചനക്കേസ്

1907 ൽ ബംഗാളിലെ ചീഫ് പ്രസിഡൻസി മജിസ്ട്രേറ്റായിരുന്ന കിങ്സ് ഫോർഡ് സഞ്ചരിച്ചിരുന്ന കുതിരവണ്ടികൾ ബോംബ് വച്ച് തകർക്കാനുള്ള ഒരു ശ്രമം പ്രഫുല്ല ഷാക്കിയുടെയും ഖുദിറാം ബോസിന്റെയും നേതൃത്വത്തിൽ നടന്നു. ബോംബ് സ്ഫോടനത്തിൽ രണ്ടു ബ്രിട്ടീഷ്വനിതകൾ കൊല്ലപ്പെട്ടു. ഇതേത്തുടർന്ന് ചാർജ്ജു ചെയ്യപ്പെട്ട പ്രമാദമായ ആലിപ്പൂർ ഗൂഢാലോചനക്കേസിൽ അരവിന്ദഘോഷും അദ്ദേഹത്തിന്റെ സഹോദരനായ വരീന്ദ്രകുമാർ ഘോഷും പ്രധാന പ്രതികളായിരുന്നു. അരവിന്ദഘോഷിനെ രാജ്യദ്രോഹക്കുറ്റം ചുമത്തി അറസ്റ്റ് ചെയ്യുകയും വിചാരണത്തടവുകാരനായി ഒരു വർഷം ആലിപ്പൂർ ജയിലിൽ അടയ്ക്കുകയും ചെയ്തു. സി ആർ ദാസ് അരവിന്ദഘോഷിനുവേണ്ടി കേസ് വാദിക്കുകയും കുറ്റക്കാരനല്ലെന്ന് കണ്ട് കോടതി അദ്ദേഹത്തെ വെറുതെ വിട്ടയക്കുകയും ചെയ്തു. (കേസ് വിചാരണചെയ്ത ജഡ്ജി കേംബ്രിഡ്ജിൽ അരവിന്ദഘോഷിന്റെ സഹായിയായിരുന്ന ബിച്ച് ക്രാഫ്റ്റായിരുന്നു) ഒരു വർഷം നീണ്ട ആലിപ്പൂരിലെ ജയിൽവാസത്തിന് ശേഷം 1908 ൽ അദ്ദേഹം പുറത്തുവന്നത് മാനസാന്തരം സംഭവിച്ച ഒരു പുതിയ മനുഷ്യനായിട്ടായിരുന്നു. ദേശീയതയും സനാതനധർമ്മവും ഒന്നുതന്നെയാണെന്ന് അദ്ദേഹം പ്രഖ്യാപിച്ചു. കോൺഗ്രസ് സംവിധാനങ്ങളെല്ലാം ക്ഷീണിച്ച് ഒന്നും ചെയ്യാൻ കഴിവില്ലാത്തവിധത്തിൽ പ്രവർത്തകരെല്ലാം നിരാശരായിക്കഴിയുന്ന ഒരു സന്ദർഭമായിരുന്നു അത്. തീവ്രദേശീയവാദികളുടെ നേതാക്കൾ ഒന്നുകിൽ ജയിലിലോ അല്ലെങ്കിൽ നാടുകടത്തപ്പെട്ട് രാജ്യത്തിന് പുറത്തോ ആയിരുന്നു. ചിലർ രാഷ്ട്രീയജീവിതം തന്നെ മതിയാക്കി വിദേശത്തായിരുന്നു. ദേശീയപ്രസ്ഥാനം പുനർജ്ജീവിപ്പിക്കുന്നതിന് രംഗത്തുണ്ടായിരുന്ന ഒരേയൊരു ദേശീയനേതാവ് അരവിന്ദഘോഷായിരുന്നു ആയിടയ്ക്ക് സാമ്പത്തികബാദ്ധ്യതയിൽപ്പെട്ട് *വന്ദേമാതര*ത്തിന്റെ പ്രസിദ്ധീകരണം നിലച്ചുപോയി. തന്റെ ആശയങ്ങൾ പ്രചരിപ്പിക്കുന്നതിന് അരവിന്ദ്ഘോഷ് *കർമ്മയോഗിൻ* എന്ന ബംഗാളി ആഴ്ചപ്പ

തിപ്പ് ആരംഭിച്ചു. വില്ലാളി വീരനായ അർജ്ജുനന്റെ രഥത്തിന്റെ കടിഞ്ഞാൺ തേരാളിയായ ഭഗവാൻ ശ്രീകൃഷ്ണൻ കൈയിലെടുത്ത് നില്ക്കുന്ന മുഖചിത്രത്തോടെയാണ് അദ്ദേഹത്തിന്റെ വാരിക ഇറക്കിയിരുന്നത്. ഹിന്ദുമതബിംബങ്ങളെ ദേശീയ രാഷ്ട്രീയത്തിന്റെ പ്രചോദന കേന്ദ്രങ്ങളായി ഉപയോഗിച്ചതിന്റെ ഉത്തമ ദൃഷ്ടാന്തമായി ഇതിനെ ചൂണ്ടിക്കാണിക്കാനാവും. തന്റെ നയങ്ങളും സമരപരിപാടികളും സമയബന്ധിതമായി നടപ്പിലാക്കുന്നതിന് പരിശീലനം സിദ്ധിച്ച പ്രവർത്തകരോ, സംഘടനാശേഷിയോ ദേശീയപ്രസ്ഥാനത്തിന് കരഗതമായിട്ടില്ല എന്ന നിഗമനത്തിലാണ് അദ്ദേഹം എത്തിച്ചേർന്നത്. 'ഹോം റൂൾ' പ്രസ്ഥാനം വഴി ഈ പോരായ്മകൾ പരിഹരിച്ച് മുന്നോട്ട് പോകുന്നതിന് ആലോചിക്കുകയുണ്ടായി. എന്നാൽ അത്തരത്തിലുള്ള ഒരു പ്രസ്ഥാനത്തിന് സമയമായിട്ടില്ലെന്നും അതിന് നേതൃത്വം കൊടുക്കാൻ പറ്റിയ നേതാവല്ല താനെന്നും അതിന് മറ്റൊരാൾ വന്നുചേരുമെന്നുമുള്ള നിഗമനത്തിലാണ് അദ്ദേഹം അവസാനമായി എത്തിച്ചേർന്നത്. യോഗസാധനയിലൂടെ ആത്മീയശക്തി യാർജ്ജിച്ച അദ്ദേഹത്തെ പൊതുരംഗത്തുനിന്നും പിറകോട്ട് വലിക്കുന്ന ആത്മീയചിന്തകൾ ആഴത്തിൽ സ്വാധീനിക്കാൻ തുടങ്ങി. 1910 മുതൽ അദ്ദേഹം രാഷ്ട്രീയ പ്രവർത്തനങ്ങളിൽ നിന്ന് പൂർണ്ണമായും വിട്ടുനിന്നു.

ദേശീയതയുടെ ആത്മീയത

അരവിന്ദഘോഷിന്റെ വീക്ഷണഗതിയിൽ ആദ്ധ്യാത്മികതയുടെ അതിപ്രസരമുണ്ടായിരുന്നു. അതുകൊണ്ടുതന്നെയാണ് ഇർഫാൻ ഹബീബിനെപ്പോലുള്ള ചരിത്രകാരന്മാർ അദ്ദേഹത്തെ ഹിന്ദുദേശീയതയുടെ ദാർശനികമായ അടിത്തറപണിത നേതാവായി വിലയിരുത്തുന്നത്. അദ്ദേഹത്തിന്റെ ആത്മീയവാദം ദേശീയ പ്രസ്ഥാനത്തിന്റെ ബാഹ്യരൂപം മാത്രമായിരുന്നില്ല. ജീവിതബന്ധങ്ങളുടെ യഥാർത്ഥമായ ഉള്ളടക്കത്തെപ്പോലും ആദ്ധ്യാത്മികമായ വീക്ഷണകോണിലൂടെ നോക്കിക്കാണാനാണ് അദ്ദേഹം പരിശ്രമിച്ചത്. മതപരമായ ഉത്സവങ്ങൾക്ക് ദേശീയമായ ഉള്ളടക്കം നല്കാനാണ് ബാലഗംഗാധര തിലകൻ മുതിർന്നത്. എന്നാൽ അരവിന്ദഘോഷ് ആകട്ടെ ദേശീയപ്രക്ഷോഭങ്ങളിൽപ്പോലും ആദ്ധ്യാത്മികത കണ്ടുപിടിക്കാനാണ് ഉത്സാഹിച്ചത്. അദ്ദേഹത്തിന്റെ അഭിപ്രായത്തിൽ. രാഷ്ട്രത്തിൽക്കൂടി നമ്മുടെ പൗരസഹോദരന്മാരിൽക്കൂടി, ദൈവത്തെ സാക്ഷാല്ക്കരിക്കാൻ പരിശ്രമിക്കുന്ന ഒരുമയാണ് ദേശീയത്വം. ദേശീയത്വം ഒരു രാഷ്ട്രീയപരിപാടി മാത്രമല്ല, അത് ദൈവത്തിൽ നിന്നാവിർഭവിച്ച ഒരു മതമാകുന്നു. അതു നിങ്ങൾ അനുവർത്തിച്ചു ജീവിക്കേണ്ട ഒരു വിശ്വാസമാണ്. നിങ്ങൾ ഒരു ദേശീയവാദിയായിത്തീരണമെങ്കിൽ ദേശീയത്വമെന്ന ഒരു പുതിയ മതത്തെ നിങ്ങൾ അനുസരിക്കുകയാണെങ്കിൽ അത് ഒരു മതബോധത്തോടെ തന്നെ നിങ്ങൾ ചെയ്യണം. ദൈവത്തിന്റെ ഉപകരണങ്ങളാണ് നിങ്ങളെന്നോർക്കണം.

ലോകമാന്യ തിലകനെപ്പോലെ അരവിന്ദഘോഷിനെയും *ഭഗവദ്ഗീത* വളരെയധികം ആകർഷിക്കുകയുണ്ടായി. അദ്ദേഹം *ഗീത*യെപ്പറ്റി '*Essays on the Gita*' എന്ന ഗ്രന്ഥത്തിൽ എഴുതിയിട്ടുണ്ട്. അദ്ദേഹത്തിന്റെ അഭിപ്രായത്തിൽ *ഗീത*യുടെ രഹസ്യം കർമ്മമല്ല, യോഗമാണ്. കർമ്മവും ജ്ഞാനവും ഭക്തിയുമെല്ലാം യോഗസാധനയ്ക്കു വേണ്ടിയുള്ളതാണ്. അദ്ദേഹത്തിന്റെ വാക്കുകളിൽ "പൂർണ്ണജ്ഞാനം പൂർണ്ണകർമ്മം, പൂർണ്ണ ഭക്തി എന്നിവ മുഴുക്കെ ഉദ്ഗ്രഥിച്ചും പൂർണ്ണമായി സംയോജിപ്പിച്ചും മനോമണ്ഡലത്തിനപ്പുറത്ത് വിജ്ഞാനതലത്തിലേക്കെത്തിക്കുകയും അവിടെ അവയ്ക്ക് പൂർണ്ണത കൈവരുത്തുകയുമാണ് ഈ യോഗപദ്ധതിയുടെ പ്രധാനതത്ത്വം." *The Secret of the Veda, Hymns to the mystic fire, The Upanishads, The Foundations of Indian Culture, The Ideal of Human Unity, The Future Poetry* തുടങ്ങിയവയാണ് അദ്ദേഹത്തിന്റെ പ്രധാന ഗ്രന്ഥങ്ങൾ. അരവിന്ദഘോഷിന്റെ സമ്പൂർണ്ണ കൃതികൾ 30 വാല്യങ്ങളിലായി പ്രസിദ്ധപ്പെടുത്തിയിട്ടുണ്ട്.

രാഷ്ട്രീയത്തിൽ നിന്ന് സന്ന്യാസത്തിലേക്ക്

ഇന്ത്യയുടെ ആത്മീയവും ദാർശനികവുമായ പാരമ്പര്യത്തിന്റെ അഗാധതലങ്ങളിലേക്ക് അരവിന്ദഘോഷ് ഇറങ്ങിച്ചെന്നു. അടിമത്തത്തിലാണ്ടു കിടന്ന ജനങ്ങളെ കർമ്മോന്മുഖരാക്കാനും സ്വാതന്ത്ര്യസമരത്തിൽ അണിനിരത്താനും സജീവമായി രംഗത്തുണ്ടായിരുന്ന അരവിന്ദഘോഷ് പിന്നീട് അതിൽനിന്ന് പൂർണ്ണമായും ഉൾവലിയുകയും സർവ്വസംഘപരിത്യാഗിയായി മാറുകയും ചെയ്തു. ആലിപ്പൂർ സെൻട്രൽ ജയിലിൽ കഴിയുമ്പോൾ തന്നെ അദ്ദേഹം യോഗപരിശീലനത്തിൽ അവാച്യമായ ആനന്ദം കണ്ടെത്തുകയും അതിനായി മുഴുവൻ സമയവും ചെലവഴിക്കുകയും ചെയ്തു. ഏകാഗ്രത ആവശ്യപ്പെടുന്ന ആദ്ധ്യാത്മികജീവിതത്തിലേക്ക് അദ്ദേഹത്തിന്റെ മനസ്സും ചിന്തയും തിരിയുകയായിരുന്നു. ബ്രിട്ടീഷ് സർക്കാർ അദ്ദേഹത്തിനെതിരെ സ്വീകരിച്ചിട്ടുള്ള നിയമനടപടികളിൽ നിന്ന് രക്ഷപ്രാപിക്കുന്നതിന് 1910 ൽ അദ്ദേഹം കല്ക്കത്ത വിടുകയും ഫ്രഞ്ചധീനപ്രദേശമായ പുതുശ്ശേരിയിൽ ശിഷ്യന്മാരുമൊത്ത് ആശ്രമം കെട്ടി സന്ന്യാസജീവിതം ആരംഭിക്കുകയും ചെയ്തു. പുതുശ്ശേരിയിൽ എത്തിയതിനു ശേഷവും കുറച്ചുകാലം അദ്ദേഹം ദേശീയവാദികളുമായി ബന്ധം പുലർത്തിയിരുന്നു. രാഷ്ട്രീയജീവിതത്തിലേക്ക് അദ്ദേഹത്തെ തിരിച്ചുകൊണ്ടുവരാൻ ലാലാ ലജ്പത് റായ്, സി ആർ ദാസ് മുതലായ സമുന്നതരായ നേതാക്കൾ നേരിട്ട് നടത്തിയ അഭ്യർത്ഥനകൾക്ക് അദ്ദേഹം നല്കിയ മറുപടി ഇതായിരുന്നു. "ഞാൻ ഒരു മഹാശക്തിയെ തിരയുകയാണ്. ആ ശക്തി കരഗതമായാൽ അതിനെ അടിസ്ഥാനമാക്കി ഞാൻ വീണ്ടും പ്രവർത്തനത്തിലിറങ്ങുന്നതാണ്." പിന്നീട് ആ മഹാശക്തിയെ തെരഞ്ഞ് അദ്ദേഹം ലൗകിക ജീവിതത്തിന് അപ്രാപ്യനായ ഒരു മഹായോഗിയായിത്തീർന്നു. അദ്ദേഹത്തിന്റെ ആത്മീയപാത പിന്തുടരാൻ പര

സഹസ്രം ആളുകളുണ്ടാവുകയും അങ്ങനെ ശ്രീ അരവിന്ദോ ആശ്രമം നിലവിൽ വരികയും ചെയ്തു. 1950 ഡിസംബർ 5 ന് ധന്യമായ ആ ജീവിതത്തിന് തിരശ്ശീലവീണു. മഹായോഗിയായിത്തീർന്നതിനുശേഷം മരണം വരെ സ്വാതന്ത്ര്യസമരത്തിന്റെ ഭൗതിക യാഥാർത്ഥ്യങ്ങളിൽ നിന്ന് അദ്ദേഹം ഒഴിഞ്ഞുമാറി നിന്നു. ആധുനിക ഇന്ത്യയിലെ ഏറ്റവും സമുന്നതരായ ആത്മീയ നേതാക്കളിൽ ഒരാളായിരുന്നു ശ്രീ അരവിന്ദഘോഷ്.

5

സുഭാഷ് ചന്ദ്രബോസ് (1897–1945)

നിങ്ങൾ എനിക്ക് രക്തം തരിക ഞാൻ നിങ്ങൾക്ക് സ്വാതന്ത്ര്യം നല്കാം.

സുഭാഷ് ചന്ദ്രബോസ്

ഇന്ത്യൻ ദേശീയപ്രസ്ഥാനത്തിന്റെ കർമ്മധീരനായ നേതാവും ഇന്ത്യൻ നാഷണൽ ആർമിയുടെ (ഐ എൻ എ) സ്ഥാപകനുമായിരുന്നു സുഭാഷ് ചന്ദ്രബോസ്. 'നേതാജി' എന്ന പേരിൽ പ്രശസ്തനായ സുഭാഷ് ചന്ദ്രബോസ് ഇന്ത്യൻ ജനതയോടായി "നിങ്ങൾ എനിക്ക് രക്തം തരിക ഞാൻ നിങ്ങൾക്ക് സ്വാതന്ത്ര്യം നല്കാം" എന്ന് പ്രഖ്യാപിച്ച ധീരനായ വിപ്ലവകാരിയായിരുന്നു. ഇന്ത്യൻ സ്വാതന്ത്ര്യസമരത്തിൽ വേറിട്ടു നടന്ന സുഭാഷ് ചന്ദ്രബോസ് നിശ്ചയദാർഢ്യത്തിന്റെയും പോരാട്ടവീര്യത്തിന്റെയും അനന്യമായ മാതൃകയായിരു

ന്നു. ഇതിഹാസ സമാനമായിരുന്നു അദ്ദേഹത്തിന്റെ ജീവിതവും മരണവും. സ്വാതന്ത്ര്യസമരസേനാനിയായിരുന്ന ശരത്ചന്ദ്രബോസ് സുഭാഷ് ചന്ദ്രബോസിന്റെ സഹോദരനായിരുന്നു. ഇവർ 'ബോസ് സഹോദരന്മാർ' എന്നാണ് ചരിത്രത്തിൽ അറിയപ്പെടുന്നത്.

ബാല്യവും വിദ്യാഭ്യാസവും

1897 ജനുവരി 23 ന് ദേശീയപ്രസ്ഥാനത്തിന്റെ ഈറ്റില്ലമായ ബംഗാൾ പ്രവിശ്യയുടെ ഭാഗമായിരുന്ന ഒറീസയിലെ കട്ടക്കിൽ സമ്പന്നമായ ഒരു ബംഗാളി കുടുംബത്തിലാണ് സുഭാഷ് ജനിച്ചത്. ജാനകിനാഥ് ബോസിന്റെയും പ്രഭാവതിദേവിയുടെയും പതിനാലു മക്കളിൽ ഒമ്പതാമനായിരുന്നു സുഭാഷ് ചന്ദ്രബോസ്. അച്ഛൻ കട്ടക്ക് മുനിസിപ്പാലിറ്റി ചെയർമാനായും പബ്ലിക് പ്രോസിക്യൂട്ടറായും സേവനമനുഷ്ഠിച്ചിട്ടുണ്ട്. പ്രാഥമിക വിദ്യാഭ്യാസം കട്ടക്കിലെ യൂറോപ്യൻ കുട്ടികൾക്കായുള്ള ഒരു ക്രൈസ്തവ വിദ്യാലയത്തിലായിരുന്നു. സ്കൂൾ അധികൃതർ ഇന്ത്യൻ വിദ്യാർത്ഥികളോട് പുലർത്തിയിരുന്ന വിവേചനം കുട്ടിയായിരുന്ന സുഭാഷിനെ അസ്വസ്ഥനാക്കിയിരുന്നു. ഇന്ത്യൻ മാതൃകയിലുള്ള റോവൻഷോ കോളേജിയറ്റ് സ്കൂളിലായിരുന്നു സുഭാഷിന്റെ തുടർപഠനം. ഈ സ്കൂളിലെ ദേശീയവാദിയായിരുന്ന പ്രധാനാദ്ധ്യാപകൻ ബെനി മാധവ ദാസ് ബാലനായ സുഭാഷിന് വലിയ പ്രചോദനമായിരുന്നു. ബംഗാളി വേഷം അണിഞ്ഞ് സ്കൂളിൽ പോകാനും സഹപാഠികളോട് ബംഗാളി ഭാഷ സംസാരിക്കാനും സുഭാഷിന് വലിയ ഉത്സാഹമായിരുന്നു. സ്വാമി വിവേകാനന്ദന്റെ പ്രബോധനങ്ങളും ആത്മീയജീവിതവും സുഭാഷ് ചന്ദ്ര ബോസിനെ സ്വാധീനിച്ചിരുന്നു. കാഷായവസ്ത്രം ധരിച്ച് സന്ന്യസിക്കാനായി ഹിമാലയത്തിലേക്ക് യാത്ര തിരിച്ചെങ്കിലും മനസ്സുമാറി തിരികെ പോരുകയാണുണ്ടായത്. പഠിക്കാൻ സമർത്ഥനായിരുന്ന സുഭാഷ് രണ്ടാം റാങ്ക് നേടിയാണ് മെട്രിക്കുലേഷൻ പരീക്ഷ പാസായത്. ബാഡ്മിന്റൺ കളിക്കുന്നത് അദ്ദേഹത്തിന്റെ ഇഷ്ടവിനോദമായിരുന്നു.

സുഭാഷ് ചന്ദ്രബോസ് കല്ക്കത്തയിലെ പ്രശസ്തമായ പ്രസിഡൻസി കോളേജിൽ വിദ്യാർത്ഥിയായിരിക്കുമ്പോൾ കോളേജിൽ പഠിക്കുന്ന ഒരു സംഘം ഇന്ത്യൻ വിദ്യാർത്ഥികളോട് ഇംഗ്ലീഷുകാരനായ പ്രൊഫ. എസ് സി ഓട്ടെൻ അപകീർത്തികരമായി സംസാരിച്ചതിനെ ദേശാഭിമാനിയായ സുഭാഷ് ചോദ്യം ചെയ്യുകയും അതിന്റെ പേരിൽ സുഭാഷിനെ കോളേജിൽ നിന്ന് പുറത്താക്കുകയും ചെയ്തു. ഇതോടെ കല്ക്കത്താ യൂണിവേഴ്സിറ്റിയുടെ കീഴിലുള്ള കോളേജുകളിൽ തുടർപഠനം നടത്തുന്നതിന് വിലക്ക് വന്നു. രണ്ടുവർഷത്തെ കാത്തിരിപ്പിന് ശേഷം സ്കോട്ടിഷ് ചർച്ച് കോളേജിൽ അഡ്മിഷൻ നേടുകയും വിദ്യാഭ്യാസം പുനരാരംഭിക്കുകയും ചെയ്തു. കല്ക്കത്താ യൂണിവേഴ്സിറ്റിയിൽ നിന്ന് സുഭാഷ് രണ്ടാം റാങ്കോടെ ബി എ ഫിലോസഫി (ഓണേഴ്സ്) പാസായി. കോളേജ് വിദ്യാഭ്യാസകാലത്ത് ഇന്ത്യൻ ടെറിട്ടോറിയൽ

ആർമിയുടെ യൂണിവേഴ്സിറ്റി യൂണിറ്റിൽ ചേരുകയും മിലിട്ടറി പരിശീലനം നേടുകയും ചെയ്തു. ഇന്ത്യയെ മോചിപ്പിക്കാൻ ഐ എൻ എയുടെ നേതൃത്വത്തിൽ നടന്ന ത്യാഗോജ്ജ്വലമായ സൈനിക പോരാട്ടത്തിൽ കോളേജ് വിദ്യാഭ്യാസകാലത്ത് ലഭിച്ച മിലിട്ടറി പരിശീലനം ഏറെ ഗുണം ചെയ്തതായി സുഭാഷ് ചന്ദ്രബോസ് അനുസ്മരിക്കുന്നുണ്ട്. റൗലറ്റ് ആക്ടിനെതിരെ നടന്ന പ്രക്ഷോഭങ്ങളും 1919 ഏപ്രിൽ 13–ാം തീയതി ജാലിയൻവാലാബാഗിലുണ്ടായ ദാരുണമായ കൂട്ടക്കൊലയും ദേശാഭിമാനിയായ സുഭാഷിന്റെ മനസ്സിനെ വല്ലാതെ ഉലച്ച സംഭവങ്ങളായിരുന്നു.

സുഭാഷിന്റെ പിതാവ് പാശ്ചാത്യവിദ്യാഭ്യാസ രീതിയോട് വളരെ ആഭിമുഖ്യമുള്ള വ്യക്തിയായിരുന്നു. 1919 ൽ ഐ സി എസ് പരീക്ഷയ്ക്ക് സുഭാഷിനെ ഇംഗ്ലണ്ടിൽ അയച്ചു. 1920 ൽ കേംബ്രിഡ്ജ് യൂണിവേഴ്സിറ്റിയിൽ നിന്ന് നാലാം റാങ്കോടെ ഐ സി എസ് പരീക്ഷ പാസായി. ഇന്ത്യയിൽ ഗാന്ധിജിയുടെ നേതൃത്വത്തിൽ സ്വാതന്ത്ര്യസമരം ശക്തിയാർജ്ജിച്ച ഒരു കാലഘട്ടമായിരുന്നു അത്. കേംബ്രിഡ്ജിൽ സന്ദർശനം നടത്തിയ തീവ്രദേശീയവാദി നേതാവായ ബാലഗംഗാധര തിലകൻ രാജ്യത്തിന്റെ മോചനത്തിനായി ജീവാർപ്പണം നടത്താൻ ഇന്ത്യൻ വിദ്യാർത്ഥികളോട് ചെയ്ത ആഹ്വാനം സുഭാഷിന്റെ ചിന്താഗതിയെ ആഴത്തിൽ സ്വാധീനിച്ചു. അന്നത്തെ ഇന്ത്യൻ സാഹചര്യത്തിൽ ദേശാഭിമാനിയായ സുഭാഷിന് ബ്രിട്ടീഷ് ബ്യൂറോക്രസിയുടെ ഭാഗമായി പ്രവർത്തിക്കാനോ ബ്രിട്ടീഷ് ഇന്ത്യയെ സേവിക്കാനോ താല്പര്യമില്ലായിരുന്നു. 1921 ഏപ്രിൽ 12–ാം തീയതി സുഭാഷ് ഇന്ത്യൻ സിവിൽ സർവ്വീസിൽനിന്ന് രാജി വയ്ക്കുകയും ബോംബെയിൽ തിരിച്ചെത്തുകയും ചെയ്തു. ദേശീയ പ്രസ്ഥാനത്തിന്റെ അമരക്കാരനായ മഹാത്മാഗാന്ധിയുമായി കൂടിക്കാഴ്ച നടത്തുകയും ഇന്ത്യൻ നാഷണൽ കോൺഗ്രസിൽ ചേർന്നു പ്രവർത്തിക്കാനുള്ള തന്റെ തീരുമാനം അദ്ദേഹത്തെ അറിയിക്കുകയും ചെയ്തു. ആ കൂടിക്കാഴ്ചയെക്കുറിച്ചു അദ്ദേഹം പില്ക്കാലത്ത് എഴുതിയത് ഇപ്രകാരമാണ്:

> ഞാൻ ഗാന്ധിജിയെ ചെന്നുകണ്ടതിന്റെ ഉദ്ദേശ്യം, ഞാൻ ഏതൊരു പ്രസ്ഥാനത്തിലാണോ ചേരാൻ പോകുന്നത് ആ പ്രസ്ഥാനത്തിന്റെ നേതാവിൽ നിന്ന് പ്രവർത്തന പരിപാടികളെക്കുറിച്ച് വ്യക്തമായ ധാരണ ഉണ്ടാക്കുക എന്നതായിരുന്നു. ലോകത്തിലെ മറ്റു രാജ്യങ്ങളിലെ വിപ്ലവനേതൃത്വം സ്വാതന്ത്ര്യം നേടുന്നതിന് എന്തെല്ലാം പദ്ധതികളും തന്ത്രങ്ങളുമാണ് ഉപയോഗിക്കുന്നത് എന്നതിനെപ്പറ്റി ഞാൻ കഴിഞ്ഞ ഏതാനും വർഷങ്ങളിൽ വിശദമായ പഠനം നടത്തിയിരുന്നു. ആ അറിവിന്റെ വെളിച്ചത്തിലാണ് ഞാൻ മഹാത്മാവിന്റെ ഉദ്ദേശ്യവും മനസ്സും അറിയാൻ ശ്രമിച്ചത്. അദ്ദേഹവുമായി നടത്തിയ ഒരു മണിക്കൂർ സമയത്തെ സംഭാഷണംകൊണ്ട് എനിക്ക് ലഭിച്ച അറിവിന് കൃതജ്ഞത പ്രകാശിപ്പിക്കുകയല്ലാതെ വേറെ മാർഗ്ഗമൊന്നും ഉണ്ടായിരുന്നില്ല. എന്നാൽ ആ സമയത്ത് ഞാൻ എന്നെത്തന്നെ മനസ്സിലാക്കാൻ ശ്രമിച്ചു. അതായത്

എനിക്ക് തീർച്ചയായും ബുദ്ധിക്കുറവുണ്ട്. എന്നിട്ട് വീണ്ടും വീണ്ടും യുക്തിയിലൂടെ മനസ്സിലാക്കാൻ സാധിച്ചത് മഹാത്മാവ് ആവിഷ്കരിച്ച പ്രവർത്തന പദ്ധതിയിൽ സ്പഷ്ടതയുടെ ശോചനീയമായ അഭാവം ഉണ്ട് എന്നാണ് പിന്നെ ഏതൊരു സമരത്തിലൂടെയാണോ ഭാരതം തന്റെ അഭീഷ്ടസ്വാതന്ത്ര്യം എന്ന ലക്ഷ്യത്തിൽ എത്തിച്ചേരുക അതിന്റെ ഓരോ ചവിട്ടുപടിയെ സംബന്ധിച്ചും അതിനുതന്നെ സ്പഷ്ടമായ ഒരു ധാരണയുമില്ല.

ദേശീയപ്രസ്ഥാനത്തിന്റെ നേതൃനിരയിൽ

കല്ക്കത്തെയിൽ തിരിച്ചെത്തിയ സുഭാഷ് ചന്ദ്രബോസ് ഗാന്ധിജി നിർദ്ദേശിച്ച പ്രകാരം ദേശബന്ധു സി ആർ ദാസിനെ ചെന്നുകണ്ടു. അദ്ദേഹവുമായുള്ള കൂടിക്കാഴ്ച അതീവഹൃദ്യമായ ഒരനുഭവമായി സുഭാഷ് വിശേഷിപ്പിക്കുകയും തന്റെ രാഷ്ട്രീയഗുരുവിനെ കണ്ടെത്തിയതായി രേഖപ്പെടുത്തുകയും ചെയ്തു. സി ആർ ദാസിന്റെ നിർദ്ദേശമനുസരിച്ച് യുവാക്കളുടെ ഒരു ദേശീയ സന്നദ്ധസേനയ്ക്ക് രൂപം നല്കുകയും ബംഗാൾ കോൺഗ്രസ് കമ്മിറ്റിയുടെ പ്രചാരണവിഭാഗത്തിന്റെ നേതൃത്വം ഏറ്റെടുക്കുകയും ചെയ്തു. സി ആർ ദാസ് സ്ഥാപിച്ച കൽക്കത്താ നാഷണൽ കോളേജിന്റെ പ്രിൻസിപ്പലായി ചുമതലയേറ്റു. ആചാര്യ നരേന്ദ്രദേവ്, ഡോ. സക്കീർ ഹുസൈൻ, രാജേന്ദ്ര പ്രസാദ് എന്നീ സമുന്നതരായ ദേശീയനേതാക്കൾ അക്കാലത്ത് നാഷണൽ കോളേജിൽ അദ്ധ്യാപകരായിരുന്നു. ദേശീയ വിദ്യാഭ്യാസം പ്രോത്സാഹിപ്പിക്കുന്നതിനും ദേശീയ ബോധം വളർത്തി വിദ്യാർത്ഥികളെ ഉത്തമപൗരന്മാരായി വളർത്തിയെടുക്കുന്നതിനും വേണ്ടി സ്ഥാപിച്ചതായിരുന്നു കൽക്കത്തെയിലെ നാഷണൽ കോളേജ്. സുഭാഷിന്റെ രാഷ്ട്രീയ പ്രവേശനത്തെ വളരെ ആവേശത്തോടെയാണ് കോൺഗ്രസ് സ്വാഗതം ചെയ്തത്. അതെക്കുറിച്ച് ബ്രിട്ടീഷുകാരുടെ പത്രമായ *ദി സ്റ്റേറ്റ്സ്മാൻ* എഴുതിയത് ഇപ്രകാരമായിരുന്നു: "ഇന്ത്യാ ഗവൺമെന്റിന്റെ സമർത്ഥനായ ഒരു സിവിൽ സർവെന്റിന്റെ നഷ്ടം ഇന്ത്യൻ നാഷണൽ കോൺഗ്രസിന്റെ നേട്ടമായി കലാശിച്ചിരിക്കുന്നു."

ദേശീയപ്രസ്ഥാനത്തിന്റെ ലക്ഷ്യത്തെയും മാർഗ്ഗത്തെയും ചൊല്ലി സുഭാഷ് ചന്ദ്രബോസിന് ഗാന്ധിജിയുമായി അഭിപ്രായവ്യത്യാസമുണ്ടായിരുന്നു. സുഭാഷിന്റെ നേതൃത്വത്തിൽ രൂപീകൃതമായ ദേശീയസന്നദ്ധസേനയെ ഗാന്ധിജി അംഗീകരിച്ചില്ല. കോൺഗ്രസ് സംഘടനയെ ഒത്തുതീർപ്പിന്റെയും കീഴടങ്ങലിന്റെയും പാതയിൽനിന്ന് പോരാട്ടത്തിന്റെയും സമരത്തിന്റെയും പാതയിലൂടെ നയിക്കാനാണ് സുഭാഷ് ചന്ദ്രബോസ് ആഗ്രഹിച്ചത്. പൂർണ്ണസ്വാതന്ത്ര്യത്തിനുവേണ്ടിയും ദ്വിരാഷ്ട്രപദ്ധതിക്ക് എതിരായും അദ്ദേഹം കോൺഗ്രസിനകത്തും പുറത്തും പോരാട്ടം ആരംഭിച്ചു. പൂർണ്ണസ്വാതന്ത്ര്യം ഇന്ത്യയുടെ ലക്ഷ്യമാവണമെന്ന സുഭാഷിന്റെ

ഖണ്ഡിതമായ അഭിപ്രായം അവസാനം മഹാത്മാഗാന്ധിക്കും അംഗീകരിക്കേണ്ടിവന്നു. കോൺഗ്രസിനകത്ത് നടന്ന ആശയസമരത്തിൽ ജവഹർലാൽ നെഹ്റുവിനോടൊപ്പം ഇടതുപക്ഷചേരിയിൽ നിലയുറപ്പിച്ച സുഭാഷ് ചന്ദ്രബോസ് ഗാന്ധിജി രൂപം നല്കിയ നിസ്സഹകരണ പ്രസ്ഥാനത്തെ പുരോഗമനപരമായ കാൽവയ്പായി കരുതുകയും അത് വിജയിപ്പിക്കുന്നതിന് സജീവമായി രംഗത്തിറങ്ങുകയും ചെയ്തു. വെയിൽസ് രാജകുമാരന്റെ ഇന്ത്യാ സന്ദർശനത്തിൽ പ്രതിഷേധിച്ച് സ്ത്രീകളും പുരുഷന്മാരുമടങ്ങിയ ഖാദി വില്പന സംഘങ്ങൾ കല്ക്കത്താ നഗരത്തിൽ ഖാദിവസ്ത്രങ്ങൾ വിറ്റഴിക്കുന്നതിന് രംഗത്തിറങ്ങി. 1922 ഫെബ്രുവരിയിൽ ഉത്തർപ്രദേശിലെ ചൗരിചൗരായിൽ കലാപകാരികളായ ഒരു സംഘം കർഷകരുടെ നേതൃത്വത്തിൽ നടന്ന പൊലീസ് സ്റ്റേഷൻ ആക്രമണത്തിൽ പ്രതിഷേധിച്ച് സമരം നിർത്തിവയ്ക്കാനാനുള്ള ഗാന്ധിജിയുടെ തീരുമാനത്തെ "ഒരു ദേശീയദുരന്തം" എന്നാണ് സുഭാഷ് വിശേഷിപ്പിച്ചത്. നിസ്സഹകരണപ്രസ്ഥാനം പിൻവലിച്ചപ്പോൾ കോൺഗ്രസ് നേതാക്കളിൽ അതുണ്ടാക്കിയ പ്രതികരണം ഗാന്ധിജിയുടെ ജീവചരിത്രകാരനായ ടെണ്ടുൽക്കർ തന്റെ പുസ്തകത്തിൽ ഇപ്രകാരം വിവരിക്കുന്നു. "പ്രസ്ഥാനം പെട്ടെന്ന് നിർത്തിവച്ചത് ഒരു ഞെട്ടലുണ്ടാക്കി. ജയിലിലായിരുന്ന മിക്ക കോൺഗ്രസ് നേതാക്കളെയും ബർദോളി തീരുമാനം നിരുത്സാഹപ്പെടുത്തി. അണികൾ ക്ഷുഭിതരായി. എല്ലാം ഭാഗത്തുനിന്നും ഗാന്ധിയുടെ നേർക്ക് എതിർപ്പുയർന്നു."

സ്വരാജ് പാർട്ടിയുടെ രൂപീകരണം

സമരം പിൻവലിച്ച നടപടിയിൽ പ്രതിഷേധിച്ച് സി ആർ ദാസും മോട്ടിലാൽ നെഹ്റുവും ചേർന്ന് 1923 ൽ സ്വരാജ്പാർട്ടിക്ക് രൂപം നല്കിയപ്പോൾ സുഭാഷ് ചന്ദ്രബോസ് ആ പാർട്ടിയുടെ നിയമ സഭാ പ്രവേശനമെന്ന വാദത്തിന് സജീവമായ പിന്തുണ നല്കി. കൗൺസിൽ തിരഞ്ഞെടുപ്പുകളിൽ പങ്കെടുക്കുന്നവർ എന്നതൊഴിച്ചാൽ മറ്റെല്ലാ കാര്യങ്ങളിലും ഉല്പതിഷ്ണുക്കളായ ഇവർക്ക് കോൺഗ്രസിനോട് യോജിപ്പായിരുന്നു. കൗൺസിലുകളെ സ്വരാജ് നേടിയെടുക്കുന്നതിനുള്ള രാഷ്ട്രീയസമരത്തിന്റെ വേദികളാക്കി മാറ്റണമെന്ന് സ്വരാജ്പാർട്ടിക്കാർ വാദിച്ചു. എന്നാൽ ഇതിനെ ഗാന്ധിജി എതിർക്കുകയോ അനുകൂലിക്കുകയോ ചെയ്തില്ല. ബംഗാളിലെ വിപ്ലവഗ്രൂപ്പുകൾ ഗാന്ധിജിയുമായി നടത്തിയ ചർച്ചകളുടെ അടിസ്ഥാനത്തിൽ നിസ്സഹകരണസമരത്തിൽ പങ്കെടുത്തിരുന്നു. സുഭാഷ് ഭീകരപ്രവർത്തനങ്ങൾക്ക് എതിരായിരുന്നുവെങ്കിലും ഭഗത്സിങ് അടക്കമുള്ള യുവവിപ്ലവകാരികളോട് സഹാനുഭൂതിയുള്ള നേതാവായിരുന്നു. ഇന്ത്യയിലെ പ്രമുഖരായ കമ്യൂണിസ്റ്റ് പാർട്ടി നേതാക്കളുമായും അദ്ദേഹം അടുത്ത ബന്ധം പുലർത്തിയിരുന്നു. നിസ്സഹകരണപ്രസ്ഥാനത്തിൽ പങ്കെടുത്തതിന് 1922 ൽ സി ആർ ദാസിനെയും സുഭാഷ് ചന്ദ്രബോസിനെയും അറസ്റ്റ് ചെയ്യുകയും ആറുമാസത്തെ ജയിൽ ശിക്ഷയ്ക്ക്

വിധിക്കുകയും ചെയ്തു. അങ്ങനെ സുഭാഷിന്റെ ആദ്യത്തെ ജയിൽവാസം തന്റെ രാഷ്ട്രീയഗുരുവിനോടൊപ്പമായിരുന്നു. ജയിലിൽ വച്ച് ഗുരുവിന്റെ പാചകക്കാരനായും സെക്രട്ടറിയായും പ്രവർത്തിക്കാൻ കഴിഞ്ഞത് വലിയ ഭാഗ്യമായി സുഭാഷ് സാക്ഷ്യപ്പെടുത്തിയിട്ടുണ്ട്. 1924 ൽ നടന്ന കല്ക്കത്താ മുനിസിപ്പൽ കോർപ്പറേഷൻ തിരഞ്ഞെടുപ്പിൽ സ്വരാജ്പാർട്ടി മത്സരിക്കുകയും വൻ ഭൂരിപക്ഷം നേടുകയും ചെയ്തു. കോർപ്പറേഷൻ ചെയർമാനായി സി ആർ ദാസിനെയും ചീഫ് എക്സിക്യൂട്ടീവ് ഓഫീസറായി സുഭാഷ് ചന്ദ്രബോസിനെയും ഐകകണ്ഠ്യേന തിരഞ്ഞെടുത്തു. സർക്കാർ ജോലികളിൽ മുസ്ലീങ്ങൾക്ക് 60 ശതമാനം സംവരണം ഏർപ്പെടുത്തി. കോർപ്പറേഷന്റെ സർവ്വതോമുഖമായ പുരോഗതി ലക്ഷ്യമാക്കി നൂതനമായ പദ്ധതികൾ ആവിഷ്കരിച്ച് നടപ്പിലാക്കുന്നതിന് സുഭാഷ് കഠിനാദ്ധ്വാനം ചെയ്തു.

ഗോപിനാഥ് സാഹ എന്ന ഒരു ഇന്ത്യൻ വിദ്യാർത്ഥി മിസ്റ്റർ ഡെ എന്ന ഇംഗ്ലീഷുകാരനെ വെടിവച്ച് കൊന്നു. ഈ കൊലപാതകത്തിൽ സുഭാഷിന് പങ്കുണ്ടെന്ന് ആരോപിച്ച് ബ്രിട്ടീഷ് സർക്കാർ 1924 ൽ അദ്ദേഹത്തെ അറസ്റ്റുചെയ്യുകയും ആലിപ്പൂർ ജയിലിൽ അടയ്ക്കുകയും ചെയ്തു. എക്സിക്യൂട്ടീവ് ഓഫീസറുടെ പദവിയിൽ തുടരാൻ പ്രത്യേക അനുമതി നല്കിയെങ്കിലും പിന്നീട് ബർഹാംപൂർ ജയിലിലേക്കും അവിടെ നിന്ന് ബർമ്മയിലെ കുപ്രസിദ്ധമായ മാൻഡലെ ജയിലിലേക്കും അദ്ദേഹത്തെ മാറ്റി. സുഭാഷ് ചന്ദ്രബോസ് മാൻഡലെ ജയിയിൽ കഴിയുമ്പോൾ സി ആർ ദാസ് മരണമടഞ്ഞു. ഗുരുവിന്റെ മരണം അദ്ദേഹത്തെ വല്ലാതെ വേദനിപ്പിച്ചു. തടവുകാരോട് മനുഷ്യത്വപരമായി പെരുമാറണമെന്ന് ആവശ്യപ്പെട്ട് സുഭാഷ് ജയിലിൽ ഉപവാസസമരം ആരംഭിച്ചു. ഉപവാസസമരം രണ്ടാഴ്ച പിന്നിട്ടപ്പോൾ സുഭാഷ് ചന്ദ്രബോസിന്റെ ഭാരം നാല്പത് പൗണ്ട് കുറഞ്ഞു. കടുത്ത ന്യുമോണിയാബാധയെത്തുടർന്ന് സുഭാഷിനെ ആദ്യം റഗൂണിലെ ജയിലിലേക്കും പിന്നീട് ഇന്ത്യയിൽ വിവിധ ജയിലുകളിലേക്കും മാറ്റിപ്പാർപ്പിച്ചു. 1927 ൽ സുഭാഷ് ജയിൽ മോചിതനായി. മൂന്നരവർഷത്തെ ദുരിതപൂർണ്ണമായ ജയിൽജീവിതം ആരോഗ്യം തകർത്തെങ്കിലും അദ്ദേഹത്തിന്റെ രാഷ്ട്രീയ ഇച്ഛാശക്തിക്ക് യാതൊരു കുറവും സംഭവിച്ചില്ല. അധികം വൈകാതെ തന്നെ സുഭാഷിനെ ബംഗാൾ പ്രവിശ്യയുടെ കോൺഗ്രസ് കമ്മിറ്റി പ്രസിഡന്റായി തിരഞ്ഞെടുത്തു.

ഇടതുപക്ഷചേരിയുടെ നേതാവ്

1927 ലെ കോൺഗ്രസിന്റെ മദിരാശി സമ്മേളനം പൂർണ്ണസ്വാതന്ത്ര്യം ആവശ്യപ്പെടുന്ന പ്രമേയം അംഗീകരിച്ചു. ഈ പ്രമേയം അവതരിപ്പിച്ചു കൊണ്ട് പണ്ഡിറ്റ് ജവഹർലാൽ നെഹ്റു സോഷ്യലിസ്റ്റ് ആശയങ്ങളിൽ വലിയ പ്രതീക്ഷയർപ്പിച്ചുള്ള പ്രസംഗമാണ് നടത്തിയത്. ജയിൽവാസം കഴിഞ്ഞു തിരിച്ചെത്തിയ സുഭാഷ് അനാരോഗ്യം മൂലം ആ സമ്മേളന

ത്തിൽ പങ്കെടുത്തിരുന്നില്ല. കമ്യൂണിസ്റ്റുകാരും മറ്റിടതുപക്ഷക്കാരും പ്രമേയത്തിന് പരിപൂർണ്ണ പിന്തുണനല്കി. ഒരു ലക്ഷ്യമെന്ന നിലയിൽ പൂർണ്ണ സ്വാതന്ത്ര്യപ്രമേയം സമ്മേളനം അംഗീകരിച്ചുവെങ്കിലും കോൺഗ്രസിന്റെ അജണ്ടയിൽ അതുൾപ്പെടുത്താൻ പിന്നെയും കടമ്പകൾ ഏറെയായിരുന്നു. ഇന്ത്യക്ക് സർവ്വസമ്മതമായ ഒരു ഭരണഘടന എഴുതിയുണ്ടാക്കുന്നതിന് ഒരു സർവ്വകക്ഷി സമ്മേളനം വിളിച്ചുകൂട്ടാൻ തീരുമാനിച്ചു. അത്തരത്തിലുള്ള ഒരു സമ്മേളനം പൂർണ്ണസ്വാതന്ത്ര്യസമരത്തിന് അംഗീകാരം നല്കാനിടയില്ലെന്ന് കോൺഗ്രസിലെ വലതുപക്ഷത്തിന് ഉറപ്പായിരുന്നു. കോൺഗ്രസ് പ്രവർത്തനസമിതിയിൽ ഇടതുപക്ഷക്കാരായ ജവഹർലാൽ നെഹ്റുവിനും ഖുറേഷിക്കും ഒപ്പം സുഭാഷ് ചന്ദ്രബോസിനെയും ഉൾപ്പെടുത്തിയിരുന്നു. ഇന്ത്യൻ നാഷണൽ കോൺഗ്രസിന്റെ ജനറൽ സെക്രട്ടറിമാരിൽ ഒരാളായും സുഭാഷ് തിരഞ്ഞെടുക്കപ്പെട്ടു.

പൂർണ്ണസ്വാതന്ത്ര്യപ്രമേയം പരാജയപ്പെടുന്നു

1928 ൽ വേതനവർദ്ധനവിനുവേണ്ടി കല്ക്കത്തയിലെ ചണമില്ലുകളിലെയും ബോംബെയിലെ തുണിമില്ലുകളിലെയും ജാംഷഡ്പൂരിലെ ടാറ്റാ ഇരുമ്പുരുക്ക് വ്യവസായശാലയിലെയും തൊഴിലാളികൾ പണിമുടക്കി. സുഭാഷ് ചന്ദ്രബോസ് തൊഴിൽ സമരങ്ങൾക്ക് നേതൃത്വം കൊടുത്തു. തൊഴിലാളികൾക്കിടയിൽ സ്വീകാര്യനായ നേതാവ് എന്ന നിലയിൽ സുഭാഷ് ചന്ദ്രബോസ് 1929 ൽ അഖിലേന്ത്യാ ട്രേഡ് യൂണിയൻ കോൺഗ്രസിന്റെ പ്രസിഡന്റാവുകയും 1931 വരെ ആ പദവിയിൽ തുടരുകയും ചെയ്തു. ഇതിനകം തന്നെ കോൺഗ്രസിനകത്ത് ഇടതുപക്ഷചേരിയുടെ അനിഷേധ്യനായ നേതാവായി സുഭാഷ് വളർന്നു കഴിഞ്ഞിരുന്നു. 1930 ജനുവരി 26 സ്വാതന്ത്ര്യദിനമായി ആചരിക്കാൻ കോൺഗ്രസ് തീരുമാനിച്ചു. മൂന്നു ദിവസം മുമ്പ് സുഭാഷിനെ അറസ്റ്റ് ചെയ്യുകയും ഒരു വർഷം ആലിപ്പൂർ സെൻട്രൽ ജയിലിൽ അടയ്ക്കുകയും ചെയ്തു.

ഇന്ത്യയുടെ ഭരണഘടന എന്തായിരിക്കണമെന്നതിനെപ്പറ്റി മോട്ടിലാൽ നെഹ്റുവിന്റെ നേതൃത്വത്തിലുള്ള കമ്മിറ്റി ഒരു റിപ്പോർട്ട് തയ്യാറാക്കി സമർപ്പിച്ചു. ഡൊമിനിയൻ പദവി അംഗീകരിച്ചുകൊണ്ടുള്ള ഒന്നായിരുന്നു ആ റിപ്പോർട്ട്. ജവഹർലാൽ നെഹ്റുവും സുഭാഷ് ചന്ദ്രബോസും ആ റിപ്പോർട്ടിനെ എതിർക്കുകയും പൂർണ്ണസ്വാതന്ത്ര്യം എന്ന മദ്രാസ് സമ്മേളനത്തിന്റെ ആവശ്യത്തിൽ വെള്ളം ചേർക്കാൻ പാടില്ലെന്ന് വാദിക്കുകയും ചെയ്തു. നെഹ്റു റിപ്പോർട്ടിൽ പ്രതിഷേധിച്ച് ഇരുവരും കോൺഗ്രസിന്റെ ജനറൽ സെക്രട്ടറി പദം ഒഴിയുന്നതിന് സന്നദ്ധത പ്രകടിപ്പിച്ചു. 1928 ആഗസ്തിൽ 'ഇൻഡിപെൻഡൻസ് ഫോർ ഇന്ത്യാ ലീഗ്' എന്ന പേരിൽ വിപ്ലവകാരികളായ യുവാക്കളെ സംഘടിപ്പിക്കാൻ ഒരു സംഘടന രൂപീകരിച്ചു. സംഘടനയുടെ പ്രസിഡന്റ് ശ്രീനിവാസ അയ്യങ്കാരും സെക്രട്ടറിമാർ സുഭാഷ് ചന്ദ്രബോസും ജവഹർലാൽ

നെഹ്റുവുമായിരുന്നു. ഇന്ത്യക്ക് പൂർണ്ണസ്വാതന്ത്ര്യം എന്ന ലക്ഷ്യം സാക്ഷാൽക്കരിക്കുന്നതിന് നെഹ്റുവും സുഭാഷും കൊളോണിയൽ വാഴ്ചക്കെതിരായും സോഷ്യലിസ്റ്റ് സാമൂഹ്യനീതിക്കു വേണ്ടിയും രാജ്യം മുഴുവൻ സഞ്ചരിച്ച് ജനങ്ങൾക്കിടയിൽ ആശയപ്രചാരണം നടത്തി

1928 ലെ കല്ക്കത്താ കോൺഗ്രസ് സമ്മേളനത്തിൽ ബ്രിട്ടീഷ്ഭരണത്തിലുള്ള സ്വയംഭരണം ആവശ്യപ്പെടുന്നതും ഡൊമിനിയൻ പദവി അംഗീകരിക്കുന്നതുമായ ഭരണഘടനയ്ക്കു വേണ്ടിയുള്ള ഒരു പ്രമേയമാണ് ഗാന്ധിജി കൊണ്ടുവന്നത്. ഗാന്ധിജിയുടെ ഈ പ്രമേയത്തിന് ഭേദഗതി നിർദ്ദേശിച്ചുകൊണ്ട് സുഭാഷ് ചന്ദ്രബോസ് ഇപ്രകാരം പ്രഖ്യാപിച്ചു.

> ദേശീയപ്രസ്ഥാനത്തിന്റെ ഉത്ഭവകാലം മുതൽ ഞങ്ങളെ സംബന്ധിച്ചിടത്തോളം സ്വാതന്ത്ര്യം എന്നതിന്റെ അർത്ഥം പൂർണ്ണസ്വാതന്ത്ര്യം എന്നാണ്. സ്വാതന്ത്ര്യത്തെ കൊളോണിയൽ ഭരണത്തിലുള്ള സ്വാതന്ത്ര്യം എന്ന് ഞങ്ങൾ ഒരിക്കലും വ്യാഖ്യാനിച്ചിട്ടില്ല.

അതുകൊണ്ട് ബ്രിട്ടീഷ് സാമ്രാജ്യത്തിൽ നിന്ന് പൂർണ്ണമായ സ്വാതന്ത്ര്യം വേണമെന്ന് ആവശ്യപ്പെടുന്ന ഭേദഗതി നിർദ്ദേശിച്ചുകൊണ്ടുള്ള പ്രമേയം സുഭാഷ് കൊണ്ടുവന്നു. ജവഹർലാൽ നെഹ്റു ആ പ്രമേയത്തെ അനുകൂലിക്കുകയും ചെയ്തു. കോൺഗ്രസ് സമ്മേളനപ്പന്തലിന് മുന്നിൽ 50,000 തൊഴിലാളികൾ പങ്കെടുത്ത മാർച്ച് നടക്കുകയും പൂർണ്ണസ്വാതന്ത്ര്യം ആവശ്യപ്പെടുന്ന പ്രമേയം കോൺഗ്രസ് സമ്മേളനം അംഗീകരിക്കണമെന്ന ആവശ്യം ഉയർത്തുകയും ചെയ്തു. എന്നാൽ ഗാന്ധിജി സുഭാഷിന്റെ പ്രമേയത്തിനെതിരെ വളരെ കർക്കശമായ നിലപാടാണ് സ്വീകരിച്ചത്. സുഭാഷിന്റെ പ്രമേയം സമ്മേളനം അംഗീകരിക്കുകയാണെങ്കിൽ താൻ കോൺഗ്രസിൽ കാണുകയില്ലെന്ന ദൗർഭാഗ്യകരമായ നിലപാടായിരുന്നു ഗാന്ധിജിയിൽനിന്നുണ്ടായത്. വലതുപക്ഷ നേതാക്കളുടെ മുൻകൈയോടെ മഹാത്മാഗാന്ധിയുടെ നേതൃത്വത്തിൽ പൂർണ്ണവിശ്വാസം രേഖപ്പെടുത്തിക്കൊണ്ടുള്ള പ്രമേയം സമ്മേളനം അംഗീകരിച്ചു. ആ സംഭവവികാസങ്ങളുടെ പശ്ചാത്തലത്തിൽ സുഭാഷിന്റെ ഭേദഗതിക്ക് സമ്മേളനത്തിൽ ഭൂരിപക്ഷപിന്തുണ നേടാൻ കഴിഞ്ഞില്ല. എങ്കിലും 1350 വോട്ടുകൾക്കെതിരെ 973 വോട്ടുകൾ നേടുന്നതിന് കഴിഞ്ഞു. ഭേദഗതി തള്ളപ്പെട്ടെങ്കിലും ഇടതുപക്ഷത്തിന്റെ ശക്തി അവഗണിക്കാവുന്നതല്ലെന്ന് വ്യക്തമായിരുന്നു.

പൂർണ്ണസ്വാതന്ത്ര്യത്തിൽ എത്തിച്ചേരാനുള്ള ഒരു കർമ്മപരിപാടി തയ്യാറാക്കി സുഭാഷ് ചന്ദ്രബോസ് 1989 ലെ ലാഹോർ സമ്മേളനത്തിൽ അവതരിപ്പിച്ചു. സമാന്തര സർക്കാരിന്റെ രൂപീകരണം, വിദേശചരക്കുകളുടെ ബഹിഷ്കരണം, കർഷകരെയും തൊഴിലാളികളെയും സ്വാതന്ത്ര്യസമരത്തിൽ അണിനിരത്തൽ തുടങ്ങിയ നിർദ്ദേശങ്ങളായിരുന്നു കർമ്മ

പരിപാടിയിൽ ഉണ്ടായിരുന്നത്. എന്നാൽ ഗാന്ധിജി ഇതിനോട് യോജിച്ചില്ല. ഗാന്ധിജിയെ എതിർക്കാൻ ഭൂരിപക്ഷം പ്രതിനിധികളും ധൈര്യപ്പെടാതിരുന്നതുകൊണ്ട് സുഭാഷിന്റെ പരിപാടി അംഗീകരിക്കപ്പെട്ടില്ല. സുഭാഷ് ചന്ദ്രബോസ് അടക്കം ഇടതുപക്ഷചേരിയിലുള്ള ആരെയും കോൺഗ്രസ് വർക്കിങ് കമ്മിറ്റിയിൽ ഉൾപ്പെടുത്തിയില്ല.

ഉപ്പുസത്യഗ്രഹത്തിൽ പങ്കെടുത്തതിന് സുഭാഷിനെ അറസ്റ്റു ചെയ്യുകയും ഒരു വർഷം ആലിപ്പൂർ ജയിലിൽ അടയ്ക്കുകയും ചെയ്തു. ജയിലിൽ കിടന്നുകൊണ്ട് കല്ക്കത്താ കോർപ്പറേഷൻ തിരഞ്ഞെടുപ്പിൽ മത്സരിച്ച് വിജയിച്ചു. 1930 ൽ കല്ക്കത്താ മേയറായി ഭരണഭാരമേറ്റ സുഭാഷ് നഗരത്തിലെ അടിസ്ഥാനസൗകര്യങ്ങൾ വികസിപ്പിക്കുന്നതിന് നടപടികൾ സ്വീകരിച്ചു. പാവപ്പെട്ട ആളുകൾക്ക് സഹായകരമാകുന്ന വിധത്തിൽ സാമൂഹ്യസുരക്ഷാപദ്ധതികൾക്ക് തുടക്കം കുറിച്ചു. പൊതുജനങ്ങളുടെ ആരോഗ്യവും കുട്ടികളുടെ വിദ്യാഭ്യാസവും പ്രോത്സാഹിപ്പിക്കുന്നതിന് നൂതന പദ്ധതികൾ ആരംഭിച്ചു.

അറസ്റ്റും വിചാരണയും തടവും

1932 ൽ വട്ടമേശസമ്മേളനത്തിൽ പങ്കെടുത്തശേഷം ബോംബെയിൽ തിരിച്ചെത്തിയ ഗാന്ധിജിയെ സ്വീകരിച്ചതിനുശേഷം കല്ക്കത്തയിലേക്കുള്ള മടക്കയാത്രയിൽ സുഭാഷ് ചന്ദ്രബോസിനെ അറസ്റ്റു ചെയ്യുകയും ഒരു വർഷക്കാലം വിചാരണ കൂടാതെ വിവിധ ജയിലുകളിൽ പാർപ്പിക്കുകയും ചെയ്തു. 1935 ൽ നാടുകടത്തപ്പെട്ട അവസ്ഥയിൽ വിയന്നയിലെ സാനിട്ടോറിയത്തിൽ വിദഗ്ദ്ധചികിത്സ തേടുകയും ആരോഗ്യം വീണ്ടെടുക്കുകയും ചെയ്തു. ബാൾക്കൻ രാജ്യങ്ങൾ സന്ദർശിച്ച് സ്വാതന്ത്ര്യത്തിനു വേണ്ടി നടത്തിയ ത്യാഗോജ്ജ്വലമായ പോരാട്ടങ്ങളെക്കുറിച്ച് നേരിട്ട് മനസ്സിലാക്കി. 1934 ൽ വിയന്നയിൽ തിരിച്ചെത്തിയ സുഭാഷ് *ദി ഇന്ത്യൻ സ്ട്രഗിൾ* എന്ന ഗ്രന്ഥം പ്രസിദ്ധീകരിച്ചു. 1920 മുതൽ 1934 വരെയുള്ള ഇന്ത്യൻ സ്വാതന്ത്ര്യസമരത്തിന്റെ ചരിത്രമാണ് ആ ഗ്രന്ഥത്തിന്റെ പ്രതിപാദ്യ വിഷയം. യൂറോപ്പിലാകമാനം ശ്രദ്ധിക്കപ്പെടുകയും ചർച്ചചെയ്യപ്പെടുകയും ചെയ്ത ഗ്രന്ഥമായിരുന്നു അത്.

പുസ്തകരചനയ്ക്ക് തന്നെ സഹായിച്ച എമിലി ഷെങ്കാൾ എന്ന യുവതിയുമായി സുഭാഷ് ചന്ദ്രബോസ് പ്രണയത്തിലാവുകയും ആ ബന്ധം അവരുടെ രഹസ്യവിവാഹത്തിൽ കലാശിക്കുകയും ചെയ്തു. എന്നാൽ ആ ബന്ധത്തെക്കുറിച്ച് പുറംലോകം അറിയുന്നത് സുഭാഷ് ചന്ദ്രബോസിന്റെ മരണത്തിനു ശേഷമാണ്. ഇന്ത്യാ ഗവൺമെന്റിന്റെ ക്ഷണം സ്വീകരിച്ച് സുഭാഷിന്റെ മകൾ അനിതാ ബോസ് ഒരിക്കൽ ഇന്ത്യ സന്ദർശിക്കുകയുണ്ടായി.

നാടുകടത്തലിനും വിദേശചികിത്സയ്ക്കും ശേഷം 1936 ൽ ബോംബയിൽ തിരിച്ചെത്തിയ സുഭാഷിനെ വീണ്ടും അറസ്റ്റു ചെയ്ത് ഡാർജിലിങ്ങിൽ സ്വന്തം സഹോദരന്റെ വീട്ടിൽ തടങ്കലിൽ പാർപ്പിക്കുകയും

ആരോഗ്യം മോശമായതിനെത്തുടർന്ന് കല്ക്കത്താ മെഡിക്കൽ കോളേജ് ഹോസ്പിറ്റലിൽ പ്രവേശിപ്പിച്ചു. 1937 ൽ ജയിൽമോചിതനായ സുഭാഷ് വീട്ടിൽ വിശ്രമിക്കാൻ തുടങ്ങി.

രണ്ടു വട്ടം കോൺഗ്രസ് പ്രസിഡന്റ്

1938 ലെ ഹരിപുരസമ്മേളനത്തിൽ കോൺഗ്രസ് പ്രസിഡന്റായി സുഭാഷ് ചന്ദ്രബോസ് തിരഞ്ഞെടുക്കപ്പെട്ടു. എന്നാൽ ഗാന്ധിജി സുഭാഷിനെ പ്രസിഡന്റായി അംഗീകരിച്ചത് നിറഞ്ഞ മനസ്സോടെയായിരുന്നില്ല. താൻ പ്രസിഡന്റായിരിക്കെ ഗാന്ധിജിയെ നിരാശപ്പെടുത്തുന്ന നടപടികളൊന്നും സുഭാഷ് ചന്ദ്രബോസിൽ നിന്നുണ്ടായില്ല. ഹരിപുര സമ്മേളനത്തിൽ സുഭാഷ് ചന്ദ്രബോസ് ചെയ്ത അദ്ധ്യക്ഷപ്രസംഗം ചരിത്രപ്രസിദ്ധമാണ്. ഏഴ് പ്രവിശ്യകളിൽ ഭരണത്തിലിരിക്കുന്ന കോൺഗ്രസ് സർക്കാരുകളുടെ കടമകളെക്കുറിച്ച് ഓർമ്മപ്പെടുത്തിയും ഇന്ത്യൻ ജനതയുടെ ദാരിദ്ര്യം, നിരക്ഷരത, രോഗം എന്നിവ ഉന്മൂലനം ചെയ്യുന്നതിന്റെ അനിവാര്യത വ്യക്തമാക്കിയും സുഭാഷ് തന്റെ പ്രസംഗം ആരംഭിച്ചു. ഭാവി ദേശീയഗവൺമെന്റ് രാഷ്ട്രപുനർനിർമ്മാണ പ്രക്രിയയിൽ ശാസ്ത്ര സാങ്കേതികനേട്ടങ്ങൾ പ്രയോജനപ്പെടുത്തണമെന്നും വ്യവസായവല്ക്കരണത്തിൽ പൊതുമേഖലയ്ക്ക് പ്രാധാന്യം കൊടുക്കണമെന്നും അദ്ദേഹം സൂചിപ്പിച്ചു. റഷ്യൻ മാതൃകയിലുള്ള സാമ്പത്തികാസൂത്രണത്തിന്റെ ആവശ്യകതയിലേക്ക് വിരൽചൂണ്ടുകയും അതിനായി ഒരു ദേശീയാസൂത്രണസമിതിക്ക് രൂപം നല്കണമെന്ന് ആവശ്യപ്പെടുകയും ചെയ്തു. അധിനിവേശ ഭരണം തളർത്തിക്കളഞ്ഞ നമ്മുടെ കാർഷികമേഖലയിലും വ്യവസായമേഖലയിലും ഉല്പാദനം വർദ്ധിപ്പിക്കുന്നതിനും വിതരണം ഏറ്റെടുക്കുന്നതിനും ദാരിദ്ര്യം ഉച്ചാടനം ചെയ്യുന്നതിനും ദേശീയ ആസൂത്രണ സമിതി ഒരു കർമ്മപരിപാടിക്ക് രൂപം നല്കണമെന്നും അദ്ദേഹം ആവശ്യപ്പെട്ടു. 1938 ഡിസംബർ 17 ന് പുതുതായി രൂപീകൃതമായ ദേശീയാസൂത്രണ സമിതിയുടെ ഉദ്ഘാടനം നിർവ്വഹിച്ചതും സുഭാഷ് ചന്ദ്രബോസായിരുന്നു. സുഭാഷിന്റെ അഭ്യർത്ഥന മാനിച്ച് പണ്ഡിറ്റ് ജവഹർലാൽ നെഹ്റു ദേശീയാസൂത്രണസമിതിയുടെ അദ്ധ്യക്ഷസ്ഥാനം ഏറ്റെടുത്തു. (സ്വാതന്ത്ര്യലബ്ലിക്കു ശേഷം 1950 ഏപ്രിൽ ഒന്നിന് കേന്ദ്ര ആസൂത്രണ കമ്മിഷൻ നിലവിൽ വരികയും പ്രധാനമന്ത്രി എന്ന നിലയിൽ പണ്ഡിത് ജവഹർലാൽ നെഹ്റു അതിന്റെ ചെയർമാൻ സ്ഥാനം അലങ്കരിക്കുകയും ചെയ്തു. ഇന്നിപ്പോൾ നെഹ്റുവിയൻ ആസൂത്രണത്തെ വിമർശിക്കുന്ന നരേന്ദ്ര മോദി സർക്കാർ ദേശീയ ആസൂത്രണ കമ്മിഷൻ തന്നെ വേണ്ടെന്ന് വച്ചിരിക്കുകയാണ്. ഇതിനെതിരെ പ്രതിഷധിക്കുന്ന കോൺഗ്രസുകാർ തന്നെ നവലിബറൽ നയങ്ങളുടെ പ്രലോഭനങ്ങളിൽപ്പെട്ട് കേന്ദ്ര ആസൂത്രണ സംവിധാനത്തെ ദുർബ്ബലമാക്കാനുള്ള നടപടികൾ ആരംഭിച്ചിരുന്നു എന്ന യാഥാർത്ഥ്യം വിസ്മരിക്കാവുന്നതല്ല.) എന്നാൽ സുഭാഷിന്റെ ഈ ദിശയിലുള്ള പ്രവർത്തനങ്ങൾ ഗാന്ധി

ജിയുടെ വീക്ഷണങ്ങൾക്ക് തീർത്തും എതിരായിരുന്നു. തന്റെ വിയോജിപ്പ് പ്രകടിപ്പിച്ച് ഗാന്ധിജി സുഭാഷിന് കത്തെഴുതി:

> രാഷ്ട്രീയരംഗത്ത് ഏതു മാർഗ്ഗത്തിലൂടെയാണ് നമുക്ക് ഒന്നിക്കാൻ സാധിക്കുക? ആ രംഗത്തുള്ള അഭിപ്രായവ്യത്യാസം നാം ഓർക്കുന്നത് ഉചിതമായിരിക്കും. സാമൂഹികവും നൈതികവും നാഗരികവുമായ രംഗങ്ങളിൽ നമുക്ക് യോജിക്കാൻ സാധിച്ചേക്കാം. സാമ്പത്തികരംഗത്ത് നമുക്ക് യോജിക്കാൻ സാധിക്കുകയില്ല. എന്തുകൊണ്ടെന്നാൽ ആ രംഗത്തു നാം തമ്മിൽ വലിയ അഭിപ്രായവ്യത്യാസമുണ്ട്. എന്ന കാര്യം ഞാൻ കണ്ടുപിടിച്ചിട്ടുണ്ട്.

അതുകൊണ്ട് നയപരമായ വിയോജിപ്പുകളെ മുൻനിർത്തി സുഭാഷിനെ ഒരിക്കൽക്കൂടി കോൺഗ്രസ് പ്രസിഡന്റാക്കുന്നതിനെ ഗാന്ധിജിയും വലതുപക്ഷ അനുയായികളും എതിർത്തു. എന്നാൽ സുഭാഷ് ചന്ദ്രബോസിന് ഇടതുപക്ഷത്തിന്റെ പരിപൂർണ്ണപിന്തുണയുണ്ടായിരുന്നു. ദ്വിരാഷ്ട്രപദ്ധതിയെ എതിർക്കാനും ആസന്നമായ ദേശീയസ്വാതന്ത്ര്യസമരം കൂടുതൽ ഫലപ്രദമായി നയിക്കാനും സുഭാഷിന്റെ നേതൃത്വം ഗുണം ചെയ്യുമെന്ന് ഇടതുപക്ഷത്തിന് ഉത്തമ ബോദ്ധ്യമുണ്ടായിരുന്നു. നോബൽ ജേതാവായ മഹാകവി രവീന്ദ്രനാഥ ടാഗോറും സുഭാഷിനെ വീണ്ടും കോൺഗ്രസ് പ്രസിഡന്റായി തിരഞ്ഞെടുക്കണമെന്ന പക്ഷക്കാരനായിരുന്നു.

1939 ലെ കോൺഗ്രസിന്റെ ത്രിപുരി സമ്മേളനത്തിൽ കോൺഗ്രസിലെ റാഡിക്കൽ വിഭാഗത്തിന്റെയും തീവ്രദേശീയവാദികളുടെയും പ്രതിനിധിയായി സുഭാഷ് ചന്ദ്രബോസ് പ്രസിഡന്റ്സ്ഥാനത്തേക്ക് വീണ്ടും മത്സരിച്ചു സാമ്രാജ്യത്വവിരുദ്ധസമരത്തിന് മൂർച്ച കൂട്ടുന്ന വിധത്തിൽ ഉരുത്തിരിഞ്ഞുവന്നിട്ടുള്ള പുതിയ ആശയങ്ങളെയും പരിപാടികളെയും പ്രതിനിധീകരിക്കുന്നത് താനാണെന്ന് സുഭാഷ് പ്രഖ്യാപിച്ചു. കോൺഗ്രസ് പ്രസിഡന്റ് തിരഞ്ഞെടുപ്പ് വ്യക്തമായ പരിപാടികളുടെയും നയസമീപനങ്ങളുടെയും അടിസ്ഥാനത്തിൽ ആയിരിക്കണമെന്നും സുഭാഷ് ചന്ദ്രബോസ് ആവശ്യപ്പെട്ടു. സുഭാഷിന്റെ രാഷ്ട്രീയനിലപാടുകളോട് കടുത്ത എതിർപ്പ് ഉണ്ടായിരുന്ന മഹാത്മാഗാന്ധിയും സർദാർ വല്ലഭഭായ് പട്ടേൽ അടക്കമുള്ള വലതുപക്ഷ നേതാക്കളും ചേർന്ന് ഡോ. പട്ടാഭി സീതാരാമയ്യയെ കോൺഗ്രസ് പ്രസിഡന്റ് സ്ഥാനത്തേക്ക് മത്സരിപ്പിച്ചു. പട്ടാഭി സീതാരാമയ്യയുടെ തിരഞ്ഞെടുപ്പ് ഏകകണ്ഠമാക്കുന്നതിന് സഹകരിക്കണമെന്നും അതിനുവേണ്ടി സുഭാഷ് വീണ്ടും മത്സരിക്കരുതെന്നുമുള്ള ഒരൊത്തുതീർപ്പു നിർദ്ദേശം ഉയർന്നുവന്നെങ്കിലും അതിന് സുഭാഷ് ചന്ദ്രബോസ് താഴെ പറയും പ്രകാരം മറുപടി നല്കി.

> പ്രസിഡന്റുസ്ഥാനത്തേക്ക് ഒരു വലതുപക്ഷ സ്ഥാനാർത്ഥിയെ നിർത്തുന്നതിനുള്ള പരിശ്രമം അപ്രധാനമായ ഒന്നല്ല. വരുന്ന

> വർഷം കോൺഗ്രസിലെ വലതുപക്ഷവും ബ്രിട്ടീഷ്ഗവൺമെന്റും തമ്മിൽ ഫെഡറൽ പദ്ധതിയുടെ കാര്യത്തിൽ ഒരൊത്തുതീർപ്പുണ്ടാക്കാൻ സാദ്ധ്യതയുണ്ടെന്ന് പൊതുവിൽ വിശ്വസിക്കപ്പെടുന്നുണ്ട്. അതുകൊണ്ട് ഒത്തുതീർപ്പിന്റെ മാർഗ്ഗത്തിൽ ഒരു പ്രതിബന്ധമായേക്കാൻ സാദ്ധ്യതയുള്ള ഇടതുപക്ഷ പ്രസിഡന്റിനെ വലതുപക്ഷക്കാർക്ക് ആവശ്യമില്ല. ഈ സാഹചര്യത്തിൽ ഹൃദയത്തിന്റെ അടിത്തട്ടുവരെ ഫെഡറൽ വിരുദ്ധമനോഭാവമുള്ള ഒരു കോൺഗ്രസ് പ്രസിഡന്റ് വേണമെന്നുള്ളത് നിർബ്ബന്ധമായ ഒരാവശ്യമാണ്.

വാശിയേറിയ പ്രസിഡന്റ് തിരഞ്ഞെടുപ്പ് വലതുപക്ഷക്കാരുടെ പരാജയത്തിലാണ് കലാശിച്ചത്. 1560 വോട്ടു നേടി വ്യക്തമായ ഭൂരിപക്ഷത്തോടെ സുഭാഷ് ചന്ദ്ര ബോസ് വിജയിച്ചു. ഡോ. പട്ടാഭി സീതാരാമയ്യക്ക് 1377 വോട്ടും ലഭിച്ചു. ഞെട്ടലുണ്ടാക്കിയ തിരഞ്ഞെടുപ്പുഫലത്തെ വിലയിരുത്തി ഗാന്ധിജി എഴുതിയത് ഇപ്രകാരമായിരുന്നു:

> ശ്രീ ബോസിന് തന്റെ പ്രതിയോഗിയായ ഡോ. പട്ടാഭിസീതാരാമയ്യയുടെ മേൽ നിർണ്ണായകമായ വിജയം കൈവരിക്കാൻ കഴിഞ്ഞു. ആദ്യം മുതൽക്കു തന്നെ അദ്ദേഹത്തെ വീണ്ടും തെരഞ്ഞെടുക്കുന്ന കാര്യത്തിൽ എനിക്ക് വ്യക്തമായ എതിരുണ്ടായിരുന്നു എന്നു ഞാൻ തുറന്നു സമ്മതിക്കുന്നു. അതിന്റെ കാരണങ്ങൾ എന്തെന്നുള്ളതിനെപ്പറ്റി പറയാൻ ഞാൻ ഉദ്ദേശിക്കുന്നില്ല. അദ്ദേഹത്തിന്റെ നയപ്രഖ്യാപനങ്ങളിൽ അടങ്ങിയിട്ടുള്ള വസ്തുതകളോടോ, വാദഗതികളോടോ എനിക്ക് യോജിപ്പില്ല. സ്വന്തം സഹപ്രവർത്തകരെപ്പറ്റി അദ്ദേഹം പറഞ്ഞിട്ടുള്ള കാര്യങ്ങൾ ന്യായീകരിക്കാൻ പാടില്ലാത്തവയും യോഗ്യമല്ലാത്തവയും ആണെന്ന് ഞാൻ വിശ്വസിക്കുന്നു. ഏതായാലും അദ്ദേഹത്തിന്റെ വിജയത്തിൽ ഞാൻ സന്തോഷിക്കുന്നു. കൂടാതെ ഡോ. പട്ടാഭിസീതാരാമയ്യ സ്ഥാനാർത്ഥിത്വം പിൻവലിക്കരുതെന്ന് പ്രേരിപ്പിച്ചത് ഞാനായിരുന്നതുകൊണ്ട് ഈ പരാജയം അദ്ദേഹത്തിന്റേതാണെന്നതിനേക്കാൾ കൂടുതൽ എന്റേതാണ്.

കോൺഗ്രസിൽ ഇടതുപക്ഷം ശക്തിപ്പെട്ടതോടെ ഗാന്ധിജിയുടെ വലതുപക്ഷ ആഭിമുഖ്യം കൂടുതൽ ശക്തമാക്കുന്നതായിരുന്നു ഈ ലേഖനം.

ഫോർവേഡ് ബ്ലോക്കിന്റെ രൂപീകരണം

ജനാധിപത്യരീതിയിൽ നടന്ന തിരഞ്ഞെടുപ്പ് അട്ടിമറിക്കാനുള്ള വലതുപക്ഷചേരിയുടെ നീക്കങ്ങൾ കോൺഗ്രസിലെ ആഭ്യന്തര പ്രശ്നങ്ങൾ രൂക്ഷമാക്കി. കോൺഗ്രസിൽ അതിന്റെ ചരിത്രത്തിൽ ഒരിക്കലും ഉണ്ടായിട്ടില്ലാത്ത വിധത്തിൽ ഉൾപ്പാർട്ടി പ്രതിസന്ധി ഉടലെടുത്തു.

സുഭാഷ് ചന്ദ്രബോസും ക്യാപറ്റൻ ലക്ഷ്മിയും

സർദാർ വല്ലഭഭായ് പട്ടേലിന്റെ സമ്മർദ്ദത്തിന് വഴങ്ങി സുഭാഷ് ചന്ദ്രബോസിന്റെ സഹോദരൻ ശരത് ചന്ദ്രബോസ് ഒഴികെയുള്ള കോൺഗ്രസ് വർക്കിങ് കമ്മിറ്റി അംഗങ്ങൾ രാജി വയ്ക്കുകയും കോൺഗ്രസ് പ്രസിഡന്റായ സുഭാഷ് ചന്ദ്രബോസിനോട് നിസ്സഹകരണം പ്രഖ്യാപിക്കുകയും ചെയ്തു. അങ്ങനെ കോൺഗ്രസിനകത്ത് ഇടതുപക്ഷത്തിന്റെ വിജയമായി കൊണ്ടാടപ്പെട്ട ത്രിപുര സമ്മേളനം വലതുപക്ഷത്തിന്റെ കടുത്ത നിലപാടുകൾ കാരണം സുഭാഷ് ചന്ദ്രബോസിന്റെ രാഷ്ട്രീയ അഗ്നിപരീക്ഷണത്തിനുള്ള വേദിയായി മാറി. തന്റെ കർത്തവ്യനിർവ്വഹണത്തിൽ ഗാന്ധിജിയുടെയും വലതുപക്ഷ നേതൃത്വത്തിന്റെയും പിന്തുണ സുഭാഷിന് നിഷേധിക്കപ്പെട്ടു. ഈ നിർണ്ണായകമായ ഘട്ടത്തിൽ ഒരു തുറന്ന കത്തെഴുതി ജവഹർലാൽ നെഹ്റുവും രാജിവച്ചവരുടെ കൂട്ടത്തിൽ ചേർന്നു. കോൺഗ്രസിനകത്ത് സുഭാഷ് ചന്ദ്രബോസിന്റെ സമ്പൂർണ്ണമായ അന്യവല്ക്കരണത്തിനും ഒറ്റപ്പെടലിനും അതിനിടയാക്കി. കോൺഗ്രസ് വർക്കിങ് കമ്മിറ്റിയിലെ അംഗങ്ങളെ ഗാന്ധിജിയുടെ ആഗ്രഹാനുസരണം നോമിനേറ്റ് ചെയ്യണമെന്ന തീരുമാനം സുഭാഷിനെ കൂച്ചുവിലങ്ങിട്ടു. ഭൂരിപക്ഷപിന്തുണയില്ലാതെ സംഘടനയെ ഒറ്റയ്ക്ക് നയിക്കാൻ കഴിയുകയില്ലെന്ന് സുഭാഷ് ചന്ദ്രബോസിന് ബോദ്ധ്യമായി. 1939 ഏപ്രിൽ 29 ന് അദ്ദേഹം കോൺഗ്രസ് പ്രസിഡന്റ് സ്ഥാനം രാജിവെച്ചു. 1939 മെയ് 3 ന് സുഭാഷ് ചന്ദ്രബോസ് ഫോർവേഡ് ബ്ലോക്ക് എന്ന പേരിൽ ഒരു രാഷ്ട്രീയകക്ഷി രൂപീകരിച്ച് കോൺഗ്രസിനകത്ത് പ്രവർത്തിച്ചു. ഇടതുപക്ഷശക്തികളെ യോജിപ്പിക്കുകയും കോൺഗ്രസിലെ പുരോഗമനശക്തികളെ ഉൾപ്പെടുത്തി ദേശീയസ്വാതന്ത്ര്യസമരം കൂടുതൽ കരുത്തോടെ പുനരാരംഭിക്കുകയും ചെയ്യുക എന്നതായിരുന്നു ഫോർവേഡ് ബ്ലോക്കിന്റെ പ്രഖ്യാപിതലക്ഷ്യം. ഇതിനായി ദേശീയതലത്തിൽ ഒരു ഇടതുപക്ഷഏ

കോപനസമിതിക്കു രൂപം നല്കി. കോൺഗ്രസ് സുഭാഷിനെതിരെ അച്ച ടക്കനടപടി സ്വീകരിക്കുകയും ബംഗാൾ കോൺഗ്രസ് കമ്മിറ്റിയുടെ പ്രസി ഡന്റ് സ്ഥാനത്തുനിന്നും കോൺഗ്രസിന്റെ മറ്റൗദ്യോഗിക പദവിക ളിൽനിന്നും മൂന്നു വർഷത്തേക്ക് പുറത്താക്കുകയും ചെയ്തു. പുറത്താ ക്കൽ പ്രമേയം ചർച്ചയ്ക്ക് വന്നപ്പോൾ, രാഷ്ട്രീയത്തിൽ ജ്യേഷ്ഠ സഹോ ദരനായി കരുതിപ്പോന്ന ജവഹർലാൽനെഹ്റു മൗനം പാലിച്ചതു സുഭാ ഷിനെ വളരെ വേദനിപ്പിച്ചു. ഒരു പ്രതിസന്ധിഘട്ടത്തിൽ വഞ്ചനാപരമായ നിലപടാണ് നെഹ്റു സ്വീകരിച്ചതെന്ന് സുഭാഷ് പ്രസ്താവന പുറപ്പെടു വിച്ചു. ഇതോടുകൂടി കോൺഗ്രസ് രാഷ്ട്രീയത്തിൽ സുഭാഷ് തീർത്തും ഒറ്റപ്പെടുകയായിരുന്നു. എങ്കിലും ആ വിപ്ലവകാരിയുടെ ഇച്ഛാശക്തിക്ക് കുറവുണ്ടായില്ലെന്ന് പിന്നീടുണ്ടായ സംഭവങ്ങൾ തെളിയിച്ചു.

ജവഹർലാൽ നെഹ്റുവുമായി അകലുന്നു

ആശയരംഗത്ത് ഐകരൂപ്യമുള്ള നെഹ്റുവും താനും ചേർന്നുള്ള ഒരു ദേശീയ പ്രസ്ഥാനം സ്വതന്ത്ര ഇന്ത്യയുടെ ഭാവിഭാഗധേയം നിർണ്ണ യിക്കണമെന്ന് സുഭാഷ് ചന്ദ്രബോസ് ആഗ്രഹിച്ചിരുന്നു. എന്നാൽ ആശ യപരമായ വിയോജിപ്പുണ്ടെങ്കിലും മഹാത്മജിയോടുള്ള പരമമായ സത്യ സന്ധതയും വിധേയത്വവുംമൂലം അദ്ദേഹത്തെ ഒഴിവാക്കിയുള്ള ഒരു ദേശീയ പ്രസ്ഥാനത്തെക്കുറിച്ചു നെഹ്റുവിന് ചിന്തിക്കാൻ കഴിയുമായി രുന്നില്ല. നെഹ്റുവും സുഭാഷ് ചന്ദ്രബോസും തമ്മിലുള്ള അഭിപ്രായ വ്യത്യാസത്തിന്റെയും അകൽച്ചയുടെയും കേന്ദ്രബിന്ദു അതുതന്നെയായി രുന്നു. "സാഹചര്യങ്ങളുടെ സമ്മർദ്ദത്താൽ വിയോജിപ്പോടെയാണെ ങ്കിലും എനിക്ക് അഹിതമായ കാര്യങ്ങൾ ചെയ്യാൻ ഞാൻ നിർബ്ബന്ധിത നാക്കപ്പെട്ടിട്ടുണ്ട്." ഗാന്ധിജിയുമായുള്ള ബന്ധത്തെക്കുറിച്ച് ഇങ്ങനെ യൊരു തുറന്നുപറച്ചിൽ നെഹ്റു നടത്തിയിട്ടുണ്ട്. ജവഹർലാൽ നെഹ്റു ഫാസിസത്തെ വെറുക്കുകയും അതിനെതിരെ ശക്തമായ നിലപാട് സ്വീകരിക്കുകയും ചെയ്ത ദേശീയ നേതാവാണ്. ഫാസിസം ജനാധിപ ത്യത്തിന് നേരെ ഉയർത്തുന്ന ഭീഷണിയെപ്പറ്റി അദ്ദേഹം നിരന്തരം ഓർമ്മിപ്പിച്ചുകൊണ്ടിരുന്നു. എന്നാൽ സുഭാഷ് ചന്ദ്രബോസ് തനിക്ക് ശരി യെന്ന് തോന്നിയ വൈകാരിക നിലപാടുകളുടെ സാധൂകരണത്തിനു വേണ്ടി ഫാസിസത്തെ അനുകൂലിക്കുകയും മുസോളിനിയുമായി ചങ്ങാത്തം സ്ഥാപിക്കുകയും ചെയ്തു. ഫാസിസ്റ്റ് ചട്ടക്കൂട്ടിലെ പ്രവർത്ത നങ്ങളെ പരസ്യമായി പ്രകീർത്തിക്കാനും അദ്ദേഹം തയ്യാറായി. അവ സാനഘട്ടത്തിൽ ആശയരംഗത്ത് സമാന്തരമായി മുന്നോട്ട് പോയ ദേശീ യതയുടെ രണ്ടു മുഖങ്ങളായിരുന്നു നെഹ്റുവും ബോസും.

ഇന്ത്യക്ക് പുറത്ത് പുതിയ സമരമുഖം

രണ്ടാം ലോകമഹായുദ്ധത്തിന്റെ പശ്ചാത്തലത്തിൽ 1940 ൽ നാഗ്പൂ രിൽ ചേർന്ന കോൺഗ്രസ് സമ്മേളനം താല്ക്കാലിക ദേശീയഗവൺമെന്റ്

രൂപീകരിക്കാനും സാമ്രാജ്യത്വവിരുദ്ധസമരം ശക്തിപ്പെടുത്താനുമുള്ള പ്രമേയം അംഗീകരിച്ചു. 1940 ൽ അറസ്റ്റ് ചെയ്യപ്പെട്ട സുഭാഷ് ചന്ദ്രബോസിനെ ആദ്യം പ്രസിഡൻസി ജയിലിലും പിന്നീട് കല്ക്കത്തയിൽ വീട്ടുതടങ്കലിലും പാർപ്പിച്ചു. 1941 ജനുവരി 26 ന് മുഹമ്മദ് സിയാവുദ്ദീൻ എന്ന ഒരു മുസ്ലീം മൗലവിയായി വേഷം മാറി സുഭാഷ് വീട്ടുതടങ്കലിൽ നിന്ന് രക്ഷപ്പെടുകയും ഇന്ത്യ വിടുകയും ചെയ്തു. പെഷവാർ വഴി കാബൂളിലും അവിടെ നിന്ന് മോസ്കോ വഴി ബർലിനിലും പ്രവേശിച്ച സുഭാഷ് ഹിറ്റ്ലറുമായി നേരിട്ട് കൂടിക്കാഴ്ച നടത്തി. ലോകരാജ്യങ്ങളിൽ ബ്രിട്ടന് മേധാവിത്വം വഹിക്കാൻ കഴിയുന്നത് ഇന്ത്യയിൽ അവരുടെ അധീശത്വം സ്വഭാവമാർന്ന സ്വാധീനം നിലനില്ക്കുന്നതു കൊണ്ടാണെന്നും ഇതവസാനിപ്പിക്കുകയാണെങ്കിൽ സാമ്പത്തികാടിത്തറ തകർന്ന ബ്രിട്ടനെ അച്ചുതണ്ടുശക്തികൾക്ക് യുദ്ധത്തിൽ തോല്പിക്കാൻ കഴിയുമെന്നും ഹിറ്റ്ലറെ ധരിപ്പിക്കാൻ സുഭാഷ് ചന്ദ്രബോസിന്റെ നയതന്ത്രജ്ഞതയ്ക്ക് കഴിഞ്ഞു.

ഇന്ത്യയുടെ മോചനത്തിനു ഫാസിസ്റ്റുശക്തികളുടെ സഹായം തേടിയ സുഭാഷിന്റെ സമരതന്ത്രത്തോട് വ്യത്യസ്തങ്ങളായ കാരണങ്ങൾ കൊണ്ട് ഇന്ത്യൻ നാഷണൽ കോൺഗ്രസും കമ്യൂണിസ്റ്റുപാർട്ടിയും എതിർപ്പുപ്രകടിപ്പിച്ചു. 1941 ഏപ്രിൽ 9 ന് സുഭാഷ് ചന്ദ്രബോസ് 'സ്വതന്ത്ര ഇന്ത്യയുടെ യുദ്ധരംഗത്തെ കർമ്മപദ്ധതി' തയ്യാറാക്കി ഹിറ്റ്ലർക്കു സമർപ്പിച്ചു. 1941 നവംബർ രണ്ടിന് ഹിറ്റ്ലറുടെ സഹായത്തോടെ ആസാദ് ഹിന്ദ് ഗവൺമെന്റ് ബർലിനിൽ ഉദ്ഘാടനം ചെയ്യപ്പെട്ടു. കടുവയുടെ ചിത്രമുള്ള ത്രിവർണ്ണപതാക ദേശീയപതാകയായും ജനഗണമന ദേശീയഗാനമായും ജയ്ഹിന്ദ് ദേശീയമുദ്രാവാക്യമായും അംഗീകരിക്കപ്പെട്ടു. ജർമ്മനിയിലും ഇറ്റലിയിലും മറ്റും തടവുകാരായിരുന്ന ഇന്ത്യൻ സൈനികരെ സംഘടിപ്പിച്ച് ഇന്ത്യൻ ലീജിയൻ എന്ന പേരിൽ പുതിയ ഒരു സൈന്യത്തിന് രൂപം നല്കി. 1942 ഫെബ്രുവരി 19 ന് ആസാദ് ഹിന്ദ് റേഡിയോവിലൂടെ ബ്രിട്ടനെതിരെ അന്തിമയുദ്ധത്തിന് തയ്യാറെടുക്കാൻ ആഹ്വാനം ചെയ്തുകൊണ്ടുള്ള പ്രക്ഷേപണം ആരംഭിച്ചു. ഇന്ത്യൻസ്വാതന്ത്ര്യസമരത്തിന് അഭൂതപൂർവ്വമായ ഉത്തേജനമാണ് അത് നല്കിയത്. ജപ്പാനിൽ റാഷ് ബിഹാരി ബോസിന്റെ നേതൃത്വത്തിൽ ഇന്ത്യൻ നാഷണൽ ആർമി എന്ന പേരിൽ ഒരു സായുധസേന ഇന്ത്യയുടെ മോചനത്തിനുവേണ്ടി പ്രവർത്തിക്കുന്നുണ്ടായിരുന്നു. സുഭാഷ് ഒരു ജർമ്മൻ അന്തർവാഹിനിയിൽ കയറി അതിസാഹസികമായി ജപ്പാനിലെത്തുകയും റാഷ് ബിഹാരി ബോസിൽനിന്ന് ഐ എൻ എ യുടെ നേതൃത്വം ഏറ്റെടുക്കുകയും ചെയ്തു. സുഭാഷ് ഐ എൻ എയെ സുസജ്ജമായ ഒരു സേനയാക്കി പുനഃസംഘടിപ്പിച്ചു. ഐ എൻ എയിൽ ഒരു വനിതാ റെജിമെന്റിനും രൂപം നല്കി. ഝാൻസി റാണി റെജിമെന്റ് എന്ന പേരിൽ അറിയപ്പെടുന്ന ഈ സേനയുടെ നേതൃത്വം വഹിച്ചത് മലയാളിയായ ക്യാപ്ടൻ ലക്ഷ്മിയായിരുന്നു.

"നിങ്ങൾ എനിക്ക് രക്തം നല്കൂ; ഞാൻ നിങ്ങൾക്ക് സ്വാതന്ത്ര്യം നല്കാം."

1942 ഒക്ടോബർ 21 ന് സിംഗപ്പൂരിൽ വച്ച് സുഭാഷ് ചന്ദ്രബോസ് ആസാദ് ഹിന്ദ് റേഡിയോവിലൂടെ സ്വതന്ത്ര ഇന്ത്യയുടെ താല്ക്കാലിക ഗവൺമെന്റ് (ആസാദ് ഹിന്ദ് ഫൗജ്) രൂപീകരിച്ചതായി പ്രഖ്യാപിച്ചു. സുഭാഷ് ചന്ദ്രബോസ് പുതിയ ഗവൺമെന്റിന്റെ തലവനും പ്രധാനമന്ത്രിയുമായി ചുമതലയേറ്റു. ഇന്ത്യയിലെ ജനങ്ങളോട് അദ്ദേഹം ആഹ്വാനം ചെയ്തു: "നിങ്ങൾ എനിക്ക് രക്തം തരിക, ഞാൻ നിങ്ങൾക്ക് സ്വാതന്ത്ര്യം നല്കാം." ഒക്ടോബർ 24 ന് സുഭാഷിന്റെ നേതൃത്വത്തിലുള്ള താല്ക്കാലികഗവൺമെന്റ് ബ്രിട്ടനോട് യുദ്ധപ്രഖ്യാപനം നടത്തി. പുതിയ ഗവൺമെന്റിന് ജപ്പാൻ തങ്ങളുടെ കൈവശമുള്ള ആൻഡമാൻ നിക്കോബാർ ദ്വീപുകൾ കൈമാറ്റംചെയ്തു. താല്ക്കാലിക ഗവൺമെന്റിന്റെ തലവൻ എന്ന നിലയിൽ സുഭാഷ് ചന്ദ്രബോസ് ആൻഡമാനിൽ എത്തുകയും ദ്വീപുകൾക്ക് ഷഹീദ്, (സ്വരാജ്) ദ്വീപുകൾ എന്ന് പുനർനാമകരണം ചെയ്യുകയും ചെയ്തു. കേണൽ ലോകനാഥനെ അവിടത്തെ കമീഷണറായി നിയോഗിച്ചു. ജപ്പാൻസേനയുമായി ചേർന്ന് കേണൽ ഷാനവാസിന്റെ നേതൃത്വത്തിലുള്ള ഐ എൻ എ ബറ്റാലിയൻ "ദില്ലി ചലോ" എന്ന യുദ്ധകാഹളം മുഴക്കി ഇംഫാൽ ലക്ഷ്യമാക്കി മുന്നേറുകയും ഇന്തോ-ബർമ്മൻ അതിർത്തിപ്രദേശംവരെ എത്തുകയും ചെയ്തു. എന്നാൽ യുദ്ധരംഗത്ത് അച്ചുതണ്ടുശക്തികൾക്കുണ്ടായ തിരിച്ചടികളെത്തുടർന്ന് ഇംഫാൽ കാമ്പയിൻ വിജയിച്ചില്ല. ഹിരോഷിമയിലും നാഗസാക്കിയിലും അമേരിക്കയുടെ അണുബോംബാക്രമണത്തെ തുടർന്ന് ജപ്പാനുണ്ടായ പരാജയവും പിന്മാറ്റവും ഐ എൻ എയെയും സുഭാഷിനെയും തളർത്തി. വിദേശശക്തികളുടെ സഹായത്തോടെ ഇന്ത്യയെ മോചിപ്പിക്കാമെന്നുള്ള സുഭാഷിന്റെ സ്വപ്നങ്ങളെല്ലാം പൊലിഞ്ഞു. ബർമ്മവരെ എത്തിയ ഐ എൻ എ ബറ്റാലിയൻ യുദ്ധത്തിൽ ബ്രിട്ടീഷ് സൈന്യത്തോട് പരാജയപ്പെട്ടു. ഐ എൻ എ ഓഫീസർമാരും സൈനികരും തടവിലാക്കപ്പെട്ടു. ബർമ്മയിൽനിന്ന് രക്ഷപ്പെട്ട സുഭാഷ് വിമാനമാർഗ്ഗം കേണൽ ഹബീബുർ റഹ്മാനുമൊത്ത് സിംഗപ്പൂർ—ബാങ്കോക്ക് വഴി സൈഗോണിലേക്ക് യാത്ര തിരിച്ചു. എന്നാൽ 1945 ആഗസ്ത് 23 ന് യാത്രയ്ക്കിടയിൽ വിമാനം തകർന്ന് ആ ധീരദേശാഭിമാനി മരിച്ചതായി ഔദ്യോഗിക പ്രഖ്യാപനം ഉണ്ടായി. പിന്നീട് അതൊരു വിവാദമായി മാറുകയും സുഭാഷ് ചന്ദ്രബോസിന്റെ തിരോധാനത്തെക്കുറിച്ച് അന്വേഷിക്കാൻ കേന്ദ്രസർക്കാർ ഷാനവാസ് ഖാൻ (1956), ജസ്റ്റിസ് ജി ഡി ഖോസ്ലാ (1970) ജസ്റ്റിസ് മുഖർജി (1999) എന്നിവരുടെ നേതൃത്വത്തിൽ അന്വേഷണ കമീഷനുകളെ നിയോഗിക്കുകയും ചെയ്തു. എങ്കിലും മരണത്തെക്കുറിച്ചുള്ള അവ്യക്തത പിന്നെയും തുടർന്നു. അങ്ങനെ മരണത്തിലും ഇതിഹാസപുരുഷനായി മാറിയ സുഭാഷ്

ചന്ദ്രബോസ് ജനമനസ്സുകളിൽ ഇന്നും ജീവിക്കുന്നു. 1992 ൽ ഭാരത് സർക്കാർ സുഭാഷിന് മരണാനന്തര ബഹുമതിയായി 'ഭാരത രത്ന പുരസ്കാരം പ്രഖ്യാപിച്ചു. എന്നാൽ അദ്ദേഹം ജീവിച്ചിരിപ്പുണ്ട് എന്ന് വിശ്വസിക്കുന്ന ആരാധകരുടെ എതിർപ്പുമൂലം കേന്ദ്രസർക്കാരിന് ആ ബഹുമതി പിൻവലിക്കേണ്ടിവന്നു.

ഇന്ത്യൻ നാഷണൽ കോൺഗ്രസിനകത്തു ഗാന്ധിയൻ നയങ്ങൾക്കെതിരെ ഇടതുപക്ഷക്കാരുടെ നേതൃത്വത്തിൽ കോൺഗ്രസ് സോഷ്യലിസ്റ്റു പാർട്ടി (സി എസ് പി) രൂപംകൊണ്ടപ്പോൾ അതിൽ ചേർന്നു പ്രവർത്തിക്കാൻ ജവഹർലാൽ നെഹ്റുവിനെപ്പോലെ സുഭാഷ് ചന്ദ്രബോസും തയ്യാറായില്ല. കമ്യൂണിസ്റ്റു പാർട്ടിയുടെ മാത്രമല്ല കോൺഗ്രസ് സോഷ്യലിസ്റ്റുപാർട്ടിയുടെയും രാഷ്ട്രീയ നിലപാടുകളുടെ വിമർശകനായിരുന്നു അദ്ദേഹം. നെഹ്റുവിനെപ്പോലെ ഇടതുപക്ഷചായ്‌വുള്ളതും ലിബറൽ ബൂർഷ്വാജനാധിപത്യ മൂല്യങ്ങളെ മുറുകെ പിടിക്കുന്നതുമായ ദേശീയ നേതാവായിരുന്നു സുഭാഷ്. അവസാനഘട്ടത്തിൽ ഫാസിസ്റ്റ് ശക്തികളുമായി കൈകോർത്ത് ബ്രിട്ടീഷ് സാമ്രാജ്യത്വത്തിൽനിന്ന് ഇന്ത്യയെ മോചിപ്പിക്കാനായി ഇറങ്ങിത്തിരിച്ച സുഭാഷ് ചന്ദ്രബോസിന്റെ നിലപാടുകൾ ബുദ്ധിപരമെന്നതിനേക്കാൾ വൈകാരികമായിരുന്നു. എങ്കിലും അതൊന്നും അദ്ദേഹത്തിന്റെ അചഞ്ചലമായ രാജ്യസ്നേഹത്തെയും സമാനതകളില്ലാത്ത സാഹസികതയെയും കളങ്കിതമാക്കാൻ പര്യാപ്തമല്ല.

6

ജയപ്രകാശ് നാരായണൻ (1902–1979)

എന്റെ താല്പര്യം അധികാരം പിടിച്ചെടുക്കുന്നതിലല്ല മറിച്ച് ജന ങ്ങളാൽ അധികാരം നിയന്ത്രിക്കപ്പെടുന്നതിലാണ്.

ജയപ്രകാശ് നാരായണൻ

ഇന്ത്യൻ ദേശീയപ്രസ്ഥാനത്തിലെ സോഷ്യലിസ്റ്റ് നേതാക്കളിൽ ഏറ്റവും പ്രമുഖനായിരുന്നു ജെ പി എന്നറിയപ്പെടുന്ന ലോക്നായക് ജയപ്രകാശ് നാരായണൻ. സൂര്യനസ്തമിക്കാത്ത ബ്രിട്ടീഷ് സാമ്രാജ്യത്തിനെതിരെ ധീരമായി പോരാടുകയും വമ്പിച്ച ജനകീയ സമരങ്ങൾ നയിക്കുകയും ചെയ്ത കർമ്മധീരനായ നേതാവായിരുന്നു അദ്ദേഹം. കമ്യൂണിസത്തിൽ നിന്ന് ജനാധിപത്യസോഷ്യലിസത്തിലേക്കും അവിടെനിന്ന് സർവ്വോദയത്തിലേക്കും വിശ്വസാഹോദര്യത്തിലേക്കുമുള്ള ജയ

പ്രകാശ് നാരായണന്റെ പരിവർത്തനം ഇന്ത്യൻ രാഷ്ട്രീയരംഗത്ത് കൈമോശം വന്നുപോയ ജനാധിപത്യത്തിന്റെയും മതേതരത്വത്തിന്റെയും ധാർമ്മികതയുടെയും മൂല്യങ്ങളെ വീണ്ടെടുക്കുന്നതിന് ഇടയാക്കിയത് ചരിത്രം. സ്വാതന്ത്ര്യസമരനായകൻ, ഇന്ത്യൻ സോഷ്യലിസ്റ്റ് പ്രസ്ഥാനത്തിന്റെ സ്ഥാപകൻ, സർവ്വോദയപ്രസ്ഥാനത്തിന്റെ ഉപജ്ഞാതാവ്, 1977 ലെ ബീഹാർ പ്രക്ഷോഭത്തിന്റെ സൂത്രധാരൻ, ജനതാപാർട്ടി സ്ഥാപകൻ, ചമ്പൽക്കൊള്ളക്കാരെ മനഃപരിവർത്തനത്തിന് വിധേയമാക്കിയ സാമൂഹ്യപരിഷ്കർത്താവ് തുടങ്ങി ജയപ്രകാശ് നാരായണൻ വ്യക്തിമുദ്ര പതിപ്പിച്ച മേഖലകൾ ഏറെയായിരുന്നു. സമരം ചെയ്തും ത്യാഗങ്ങൾ സഹിച്ചും ലക്ഷ്യപ്രാപ്തിയിലെത്തിയതിനു ശേഷം ഗാന്ധിജിയെപ്പോലെ അധികാരവുമായി പൊരുത്തപ്പെടാതെ അത്തരം പദവികളിൽ നിന്നു ബോധപൂർവ്വം മാറിനിന്ന ഭാരതത്തിലെ അപൂർവ്വം നേതാക്കളിൽ ഒരാളാണ് ജയപ്രകാശ് നാരായണൻ. അധികാരം മനുഷ്യനെ ദുഷിപ്പിക്കുമെന്നും അത് മ്ലേച്ഛമാണെന്നുമുള്ള ചിന്ത തത്ത്വചിന്തകനായ ബർട്രന്റ് റസ്സലിനെപ്പോലെ അദ്ദേഹത്തെയും വളരെയധികം സ്വാധീനിച്ചിരുന്നു. സർക്കാർ പദവികൾക്ക് പിറകെ പോകാതെ ജനസേവനം നടത്തി അനശ്വരനായ നേതാവാണ് ജെ പി.

കുടുംബം വിദ്യാഭ്യാസം വിവാഹം

1902 ഒക്ടോബർ 11 ന് ബീഹാറിലെ ഷഹാദ്ബാദ് ജില്ലയിലെ സീതബ്ദിയാ എന്ന ഗ്രാമത്തിലാണ് ജയപ്രകാശ് ജനിച്ചത്. ബ്രിട്ടീഷ് ഇന്ത്യയിലെ റവന്യൂ വകുപ്പ് ഉദ്യോഗസ്ഥനായിരുന്ന ഹർസുദ്ലാലിന്റെയും ഫുൽറാണിയുടെയും നാലാമത്തെ സന്താനമായിരുന്നു ജയപ്രകാശ്. ചെറുപ്പം മുതൽതന്നെ വളരെയെധികം വാത്സല്യം നല്കിയാണ് മാതാപിതാകക്ൾ ജയപ്രകാശിനെ വളർത്തിയത്. പിതാവിന്റെ ദേശസ്നേഹപരമായ പ്രവർത്തനങ്ങളും സ്വാതന്ത്ര്യബോധവും ജയപ്രകാശിന്റെ ചിന്തയെ കുട്ടിക്കാലം മുതൽ സ്വാധീനിച്ചിരുന്നു.

ഗ്രാമത്തിലെ പ്രൈമറി വിദ്യാലയത്തിൽ ചേർന്നാണ് ജയപ്രകാശ് പ്രാഥമികവിദ്യാഭ്യാസം നേടിയത്. പഠിത്തത്തിൽ വളരെ മിടുക്കുകാട്ടിയ ജയപ്രകാശ് ക്ലാസിൽ ഒന്നാമനായിരുന്നു. പാറ്റ്നയിലെ കോളേജിയറ്റ് സ്കൂളിൽ മെട്രിക്കുലേഷൻ പൂർത്തിയാക്കി. സ്കൂൾവിദ്യാഭ്യാസകാലത്ത് ദേശീയപ്രസ്ഥാനവുമാരി സഹകരിക്കാനും പ്രവർത്തിച്ചിരുന്ന നേതാക്കളുമായി ബന്ധപ്പെടാനും പരിചയപ്പെടാനും സന്ദർഭമുണ്ടായി. അക്കൂട്ടത്തിൽ പില്ക്കാലത്ത് ഇന്ത്യയുടെ പ്രഥമ രാഷ്ട്രപതിയായ ഡോ. ബാബു രാജേന്ദ്രപ്രസാദുമുണ്ടായിരുന്നു. ഇംഗ്ലീഷ്, ഹിന്ദി, സംസ്കൃതം എന്നീ ഭാഷകളിൽ ജയപ്രകാശ് പ്രാവീണ്യം നേടിയിരുന്നു. സാഹിത്യപ്രധാന

മായ പുസ്തകങ്ങളും ആനുകാലികങ്ങളും വായിക്കുന്നതിൽ അതീവ തല്പരനായിരുന്നു. കണക്ക്, സയൻസ് എന്നീ വിഷയങ്ങളിൽ പ്രത്യേകം അഭിരുചിയുണ്ടായിരുന്നു. മെട്രിക്കുലേഷനു ശേഷം പാറ്റ്നാ സയൻസ് കോളേജിൽ ബി എസ് സിക്കു ചേർന്നു. പഠിക്കാൻ കേമനായ ജയപ്രകാശ് ഉയർന്ന മാർക്കു വാങ്ങി ഡിസ്റ്റിങ്ഷനും സ്കോളർഷിപ്പും നേടിയെടുത്തു. മാറിക്കൊണ്ടിരിക്കുന്ന ലോകരാഷ്ട്രീയ സംഭവവികാസങ്ങളും അതിനോട് ദേശീയനേതാക്കളുടെ പ്രതികരണങ്ങളും വിദ്യാർത്ഥിയായ ജയപ്രകാശ് അതീവതാല്പര്യത്തോടെ ശ്രദ്ധിച്ചിരുന്നു. പാറ്റ്നാ കോളേജിൽ പഠിക്കുമ്പോൾ ജയപ്രകാശ് മൗലാനാ അബ്ദുൾ കലാം ആസാദിന്റെ പ്രസംഗത്തിൽ ആവേശംകൊണ്ട് നിസ്സഹകരണപ്രസ്ഥാനത്തിൽ പങ്കുചേർന്നു. ചൗരി ചൗരാ സംഭവത്തെത്തുടർന്ന് ഗാന്ധിജി നിസ്സഹകരണപ്രസ്ഥാനം നിർത്തിവച്ചപ്പോൾ സമരാവേശം ആറിത്തണുക്കുകയും ക്ലാസ് വിട്ടിറങ്ങിയ വിദ്യാർത്ഥികൾ അതത് കലാലയങ്ങളിൽ തിരികെ ചേർന്നു പഠിപ്പു തുടരുകയും ചെയ്തു. എന്നാൽ ജയപ്രകാശ് പാറ്റ്നാ കോളേജിൽ പുനഃപ്രവേശനം നേടുന്നതിന് തയ്യാറായില്ല. കോൺഗ്രസിന്റെ നേതൃത്വത്തിൽ ദേശീയ വിദ്യാഭ്യാസം പ്രോത്സാഹിപ്പിക്കുന്നതിന് നടത്തി വന്നിരുന്ന ബീഹാർ വിദ്യാപീഠത്തിൽ ചേർന്ന് പഠനം തുടർന്നു.

1920 ഒക്ടോബറിൽ ശ്രീനഗറിൽവച്ച് ജയപ്രകാശ് വിവാഹിതനായി. ബീഹാർ കോൺഗ്രസ് കമ്മിറ്റി പ്രസിഡന്റും പ്രമുഖ അഭിഭാഷകനുമായിരുന്ന ബ്രിജ് കിഷോർ പ്രസാദിന്റെ മകളായ പ്രഭാവതിയായിരുന്നു ഭാര്യ. വിവാഹശേഷം സ്വതന്ത്രചിന്താഗതിക്കാരിയായ പ്രഭാവതിയെ ഗാന്ധിജിയുടെ ഉപദേശപ്രകാരം സബർമതി ആശ്രമത്തിൽ പ്രവേശിപ്പിച്ചു. ജയപ്രകാശ് പഠനം തുടർന്നു അങ്ങനെ തുടക്കത്തിൽ തന്നെ വിവാഹജീവിതം പ്രതീക്ഷകൾക്കെതിരായ വഴിത്തിരിവായി മാറി. മധുവിധു പോലും ആഘോഷിക്കാൻ അവസരം ലഭിക്കാതെ നിത്യ ബ്രഹ്മചാരിയായി ജീവിക്കാൻ അദ്ദേഹം നിർബ്ബന്ധിതനായി. ഉപരിപഠനത്തിന് അമേരിക്കയിൽ. 1922 ൽ ജയപ്രകാശ് ബിരുദാനന്തര പഠനത്തിനായി അമേരിക്കയിലേക്ക് തിരിച്ചു. ഭാര്യയെയും ഒപ്പം കൊണ്ടുപോകണമെന്ന് അദ്ദേഹം ആഗ്രഹിച്ചെങ്കിലും പ്രഭാവതി അതിന് തയ്യാറായിരുന്നില്ല. ജയപ്രകാശ് കാലിഫോർണിയ യൂണിവേഴ്സിറ്റിയിൽ ചേർന്ന് പഠനം ആരംഭിച്ചു. മുന്തിരിത്തോട്ടങ്ങളിൽ പണിയെടുത്താണ് ഒന്നാം സെമസ്റ്ററിനുള്ള പണം കണ്ടെത്തിയത്. ഫീസ് കൊടുക്കാൻ നിവൃത്തിയില്ലാത്തതിനാൽ രണ്ടാം വർഷം കുറഞ്ഞ ഫീസുള്ള ലോവ യൂണിവേഴ്സിറ്റിയിലേക്ക് പഠനം മാറ്റി. ഇവിടെവച്ച് പ്രസിദ്ധനായ ഒരു പ്രൊഫസർ തന്റെ പ്രിയ ശിഷ്യനെ 'ജെ പി' എന്ന് വിളിക്കാൻ തുടങ്ങി. അങ്ങനെയാണ് ജയപ്രകാശ് ജെ പി എന്ന പേരിൽ പൊതുരംഗത്ത് അറിയപ്പെടാൻ തുട

ങ്ങിയത്. പിന്നീട് പ്രശസ്തമായ വീസ്കോൺസിൻ യൂണിവേഴ്സിറ്റിയിൽ ചേർന്ന് പഠനം തുടർന്നു. ഇവിടെവച്ചാണ് കാൾ മാർക്സിന്റെ *ദാസ് ക്യാപിറ്റൽ* വായിക്കാനിടയായത്. 1917 ലെ വിജയകരമായ റഷ്യൻവിപ്ലവത്തിനു ശേഷം ഉരുത്തിരിഞ്ഞുവന്ന ലോക സാഹചര്യത്തിൽ സാധാരണക്കാരുടെ കഷ്ടപ്പാട് നിറഞ്ഞ ജീവിതം അവസാനിപ്പിക്കുന്നതിന് ഒരേയൊരു മാർഗ്ഗം മാർക്സിസമാണെന്ന നിഗമനത്തിൽ അദ്ദേഹം എത്തിച്ചേർന്നു. എം എൻ റോയിയെപ്പോലുള്ള കമ്യൂണിസ്റ്റ് സൈദ്ധാന്തികരുടെ പുസ്തകങ്ങൾ തേടിപ്പിടിച്ച് വളരെ താല്പര്യത്തോടെ വായിച്ചു. ഒഴിവുസമയത്ത് ഹോട്ടലുകളിലും ക്ഷൗരക്കടയിലും ജോലിചെയ്തും ഷൂസ് വൃത്തിയാക്കിയും ഇറച്ചിക്കടയിൽ സഹായിച്ചും വളരെ പ്രയാസപ്പെട്ടാണ് വിദ്യാഭ്യാസച്ചെലവുകൾക്കായി പണം കണ്ടെത്തിയത്. ജയപ്രകാശിനെപ്പോലെ പരസഹായം കൂടാതെ അദ്ധ്വാനിച്ചും കഷ്ടപ്പെട്ടും പണസമ്പാദനം നടത്തി വിദേശത്ത് ഉന്നതപഠനം നടത്തിയ ദേശീയ നേതാക്കൾ അപൂർവ്വമാണ്.

1929 ൽ ഓഹിയോ യൂണിവേഴ്സിറ്റിയിൽനിന്ന് ജയപ്രകാശ് സാമ്പത്തികശാസ്ത്രത്തിലും സാമൂഹികശാസ്ത്രത്തിലും മാസ്റ്റർ ബിരുദങ്ങൾ സമ്പാദിച്ചു. യൂണിവേഴ്സിറ്റിയിലെ ഏറ്റവും പ്രഗത്ഭനായ വിദ്യാർത്ഥി എന്ന അംഗീകാരവും നേടിയെടുത്തു. അമേരിക്കയിൽ വച്ച് പ്രൊഫ. അബ്രഹാം ലാൻഡിയാണ് ജയപ്രകാശിനെ കമ്യൂണിസത്തിലേക്ക് ആകർഷിച്ചത്. ആഴത്തിലുള്ള വായനയും എം എൻ റോയിയുമായുള്ള സമ്പർക്കവും ഒക്ടോബർ വിപ്ലവത്തിന്റെ പാഠങ്ങളും മാർക്സിയൻ ആശയങ്ങളുമായി ജയപ്രകാശിനെ കൂടുതൽ അടുപ്പിച്ചു. കുറച്ചുകാലം അമേരിക്കയിലെ കമ്യൂണിസ്റ്റ് പാർട്ടിയുമായി ബന്ധപ്പെട്ട് സജീവമായി പ്രവർത്തിക്കാനും അദ്ദേഹത്തിന് അവസരമുണ്ടായി.

ഇന്ത്യയിലേക്ക് മടങ്ങുന്നു

അമ്മയുടെ രോഗവിവരമറിഞ്ഞ് പി എച്ച് ഡിക്കു വേണ്ടി തയ്യാറാക്കിയ തീസിസുകൾ സമർപ്പിക്കാതെയാണ് 1929 ൽ ജയപ്രകാശ് ഇന്ത്യയിലേക്ക് തിരിച്ചത്. യാത്രാച്ചെലവിനുപോലും അദ്ദേഹത്തിന്റെ കൈയിൽ പണമുണ്ടായിരുന്നില്ല. ഇന്ത്യയിലെത്തിയ ജയപ്രകാശ് അന്വേഷണത്വരയും പക്വതയും സേവന സന്നദ്ധതയുമുള്ള യുവാവായി മാറിക്കഴിഞ്ഞിരുന്നു. ഭാര്യ പ്രഭാവതിയെ കാണാനായി തിടുക്കത്തിൽ അദ്ദേഹം വാർദ്ധ ആശ്രമത്തിലെത്തി. എന്നാൽ പ്രഭാവതി ഇതിനകം ഗാന്ധിജിയുടെ സ്വാധീനത്തിൽപ്പെട്ട് നിത്യബ്രഹ്മചാരിണിയായി മാറിക്കഴിഞ്ഞിരുന്നു. ആത്മീയതയിലേക്കും, സന്ന്യാസത്തിലേക്കുമുള്ള പാതയിൽ പരമമായ മാനസപരിവർത്തനം ലക്ഷ്യമാക്കിയുള്ള ആദ്യത്തെ ചുവടുവയ്പ്പായിരുന്നു അത്. അങ്ങനെ ജയപ്രകാശിനെ സംബന്ധിച്ച് സന്തുഷ്ടമായ ദാമ്പ

ത്യജീവിതം കേവലം ദിവാസ്വപ്നമായി അവശേഷിച്ചു. ആശ്രമത്തിൽവച്ചാണ് ജെ പി ഗാന്ധിജിയെയും ജവഹർലാൽ നെഹ്രുവിനെയും ആദ്യമായി നേരിൽ കാണുന്നത്. സോഷ്യലിസ്റ്റാശയങ്ങളോടുള്ള ആഭിമുഖ്യം നിമിത്തം നെഹ്റുവുമായി ഊഷ്മളമായ ഹൃദയബന്ധം പുലർത്താൻ കഴിഞ്ഞു. നെഹ്റുവിന്റെ അഭ്യർത്ഥന മാനിച്ച് അദ്ദേഹം കോൺഗ്രസിൽ ചേർന്നു. 1930 ലെ ലാഹോർ സമ്മേളനം ജവഹർലാൽ നെഹ്റുവിനെ കോൺഗ്രസ് പ്രസിഡന്റായി തിരഞ്ഞെടുത്തു. കോൺഗ്രസിന്റെ തൊഴിലാളിഗവേഷണവിഭാഗത്തിന്റെ സ്ഥിരം സെക്രട്ടറിയായി ജവഹർലാൽ നെഹ്റു ജെ പിയെ നിയോഗിച്ചു. ഇതിനെത്തുടർന്നു ജയപ്രകാശ് പ്രഭാവതിയോടൊപ്പം അലഹബാദിലേക്ക് താമസം മാറ്റി. നെഹ്റുവിന്റെ വസതിയായ സ്വരാജ് ഭവനിലാണ് അവർ താമസിച്ചിരുന്നത്. കമലാ നെഹ്റുവും പ്രഭാവതിയും ഉറ്റ സുഹൃത്തുക്കളാവുന്നതും ദേശീയ പ്രസ്ഥാനത്തിൽ സജീവമാകുന്നതും ഈ കാലഘട്ടത്തിലാണ്. പ്രഭാവതി ഗാന്ധിജിയുടെ അരുമശിഷ്യയായി മാറുകയും ചെയ്തു.

ദേശീയപ്രസ്ഥാനത്തിൽ സജീവമാകുന്നു

ബ്രിട്ടീഷ് ഗവൺമെന്റിന്റെ കീഴിൽ കേവലം ഒരു ഉദ്യോഗസ്ഥനായി ഒതുങ്ങിക്കൂടാൻ രാജ്യസ്നേഹിയും ദേശാഭിമാനിയുമായ ജയപ്രകാശ് തയ്യാറായില്ല. അക്കാദമികമായ തന്റെ കഴിവുകൾ ഇന്ത്യയിലെ ജനസമാന്യത്തിന്റെ വിമോചനത്തിനുവേണ്ടി ഉപയോഗിക്കാൻ തീരുമാനിക്കുകയും ദേശീയപ്രസ്ഥാനത്തിലേക്ക് എടുത്തു ചാടുകയും ചെയ്തു. ജയപ്രകാശിനെ സംബന്ധിച്ച് സ്വാതന്ത്ര്യമെന്നത് കേവലം രാഷ്ട്രീയ സ്വാതന്ത്ര്യമായിരുന്നില്ല, വിശപ്പിൽ നിന്നും ദാരിദ്ര്യത്തിൽ നിന്നും രോഗങ്ങളിൽ നിന്നുമുള്ള ജനങ്ങളുടെ മോചനമായിരുന്നു.

ജെ പിയുടെ അമേരിക്കയിൽ നിന്നുള്ള തിരിച്ചുവരവ് ഇന്ത്യയിലെ യുവജനങ്ങളിൽ പുതിയ ആവേശം പകർന്നു. പ്രസിദ്ധ സോഷ്യലിസ്റ്റ് ചിന്തകനും കാശിവിദ്യാപീഠത്തിന്റെ തലവനുമായ ആചാര്യ നരേന്ദ്രദേവുമായി ജെ പി ആശയവിനിമയം നടത്തുകയും ഇന്ത്യയുടെ മോചനത്തിനായി കോൺഗ്രസിന്റെ നേതൃത്വത്തിലുള്ള ദേശീയപ്രസ്ഥാനത്തെ സോഷ്യലിസ്റ്റ് പാതയിൽ സാമ്രാജ്യത്വ വിരുദ്ധശക്തിയായി നയിക്കാൻ തീരുമാനിക്കുകയും ചെയ്തു.

1932 ൽ ലണ്ടനിൽ ചേർന്ന വട്ടമേശസമ്മേളനം പരാജയപ്പെട്ടതിനെത്തുടർന്ന് ബ്രിട്ടീഷ് ഗവൺമെന്റ് ഇന്ത്യൻ നാഷണൽ കോൺഗ്രസിനെ നിരോധിച്ചു. ഗാന്ധിജി ഉൾപ്പെടെയുള്ള സമുന്നതരായ കോൺഗ്രസ് നേതാക്കളെ അറസ്റ്റ് ചെയ്യുകയും ജയിലിൽ അടയ്ക്കുകയും ചെയ്തു. ദേശീയപ്രസ്ഥാനത്തെ പുറമെനിന്ന് നയിക്കാൻ കോൺഗ്രസിൽ മുൻനിര

നേതാക്കളില്ലാത്ത അവസ്ഥ സംജാതമായി. ഈ സാഹചര്യത്തിൽ ജയപ്രകാശ് അഖിലേന്ത്യാ കോൺഗ്രസ് കമ്മിറ്റിയുടെ ആക്റ്റിങ് ജനറൽ സെക്രട്ടറി പദം ഏറ്റെടുത്തു. കോൺഗ്രസിന്റെ സന്ദേശം തൊഴിലാളി കർഷകവിഭാഗങ്ങളിലേക്ക് എത്തിക്കുന്നതിനും അവരെ ദേശീയപ്രസ്ഥാനത്തിൽ അണിനിരത്തുന്നതിനും ജെ പി ഇന്ത്യ മുഴുവൻ സഞ്ചരിക്കുകയും യോഗങ്ങളിൽ പ്രസംഗിക്കുകയും ചെയ്തു. മദിരാശിയിൽവച്ച് ജെ പിയെ പൊലീസ് അറസ്റ്റ് ചെയ്ത് നാസിക്ക് സെൻട്രൽ ജയിലിൽ അടച്ചു. ബോംബെയിൽനിന്നും പുറപ്പെടുന്ന പത്രങ്ങൾ 'കോൺഗ്രസിന്റെ തലച്ചോർ ഇരുമ്പഴിക്കുള്ളിൽ' എന്നാണ് ജയപ്രകാശിന്റെ അറസ്റ്റിനെക്കുറിച്ചു വാർത്ത പ്രസിദ്ധീകരിച്ചത്. നാസിക് ജയിലിൽ അദ്ദേഹത്തോടൊപ്പം മിനു മസ്സാനി, അശോക് മേത്ത, അച്യുത് പട്വർദ്ധൻ, മധു ദന്തവാതെ, അരുണാ ആസഫലി, എസ് എം ജോഷി തുടങ്ങിയ പ്രമുഖരായ സോഷ്യലിസ്റ്റ് നേതാക്കളും മൊറാർജി ദേശായിയും അശോക് മേത്തയും തടവുകാരായി ഉണ്ടായിരുന്നു. ജയിലറകൾ ഉൾക്കാമ്പുള്ള രാഷ്ട്രീയ സംവാദങ്ങൾക്ക് വേദിയായി മാറി.

നാസിക് ജയിലിൽ കഴിയുമ്പോൾ സ്വതന്ത്രഭാരതത്തിന്റെ രാഷ്ട്രീയസാമ്പത്തിക ഘടന എന്തായിരിക്കണം എന്നതിനെ സംബന്ധിച്ച് ജെ പി ഒരു കരട് രേഖ തയ്യാറാക്കുകയും കോൺഗ്രസ് പ്രവർത്തകസമിതിയുടെ അംഗീകാരത്തിനായി അത് ഗാന്ധിജിക്ക് അയച്ചു കൊടുക്കുകയും ചെയ്തു. എന്നാൽ കോൺഗ്രസ് പ്രവർത്തകസമിതി ജയപ്രകാശിന്റെ പരിപാടിക്ക് അംഗീകാരം നല്കാൻ വിസമ്മതിച്ചു. എങ്കിലും, ഗാന്ധിജി ജെ പിയുടെ ചിത്രത്തോടു കൂടി അത് *ഹരിജൻ* വാരികയിൽ വലിയ പ്രാധാന്യം നല്കി പ്രസിദ്ധീകരിച്ചു. ഗ്രാമീണ സമ്പദ്വ്യവസ്ഥ പുനരുദ്ധരിക്കുക കൃഷിഭൂമി കൃഷിക്കാർക്ക് വിതരണം ചെയ്യുക, ചെറുകിട വ്യവസായ വികസനം ത്വരിതപ്പെടുത്തുക, ഉല്പാദനത്തിൽ സാമൂഹിക ഉടമസ്ഥാവകാശവും തുല്യാവകാശവും ഉറപ്പാക്കുക, സാമൂഹ്യനീതി നടപ്പാക്കുക, അയൽരാജ്യങ്ങളുമായി മൈത്രിബന്ധം സ്ഥാപിക്കുക, അന്താരാഷ്ട്ര തർക്കങ്ങൾക്ക് സമാധാനപരമായി പരിഹാരം കണ്ടെത്തുക തുടങ്ങിയവയായിരുന്നു അദ്ദേഹത്തിന്റെ കർമ്മപരിപാടിയിൽ ഉൾപ്പെടുത്തിയിരുന്നത്. സ്വതന്ത്ര ഇന്ത്യയെക്കുറിച്ചുള്ള, സോഷ്യലിസത്തിൽ അധിഷ്ഠിതമായ ജയപ്രകാശിന്റെ കാഴ്ചപ്പാടുകൾ, ജനങ്ങൾക്ക് അദ്ദേഹത്തോടുള്ള മതിപ്പും വിശ്വാസവും വർദ്ധിപ്പിച്ചു. 1933 ൽ ജയപ്രകാശ് ജയിൽ മോചിതനായി.

കോൺഗ്രസ് സോഷ്യലിസ്റ്റ് പാർട്ടിയുടെ രൂപീകരണം

സോഷ്യലിസത്തോടും കമ്യൂണിസത്തോടും പരസ്യമായി അനു

ഭാവം പ്രകടിപ്പിക്കുകയും അതേസമയം ഇന്ത്യൻ നാഷണൽ കോൺഗ്രസിൽ പ്രവർത്തിക്കുകയും ചെയ്തിരുന്ന ധാരാളം നേതാക്കൾ അക്കാലത്തുണ്ടായിരുന്നു. 1934 മേയിൽ പാറ്റ്നയിലെ പ്രസിദ്ധമായ അൻജുമാൻ ഇസ്ലാമിക് ഹാളിൽ എ ഐ സി സി യോഗം കൂടുന്ന അവസരത്തിൽ ആചാര്യ നരേന്ദ്രദേവിന്റെ അദ്ധ്യക്ഷതയിൽ ജനാധിപത്യസോഷ്യലിസത്തിൽ വിശ്വസിക്കുന്ന നേതാക്കളുടെ ഒരു സമ്മേളനം നടക്കുകയും രാജ്യത്തിന്റെ വിവിധഭാഗങ്ങളിൽ നടന്നുകൊണ്ടിരുന്ന തൊഴിലാളികളുടെ പണിമുടക്കുകൾ, കർഷക സമരങ്ങൾ, യാതാസ്ഥിതിക കോൺഗ്രസ് നേതൃത്വത്തിന്റെ തെറ്റായ നയപരിപാടികൾ എന്നിവ സജീവമായ ചർച്ചയ്ക്ക് വിഷയമാവുകയും ചെയ്തു. കോൺഗ്രസിനകത്തുള്ള സോഷ്യലിസ്റ്റുകാർ കോൺഗ്രസ് സോഷ്യലിസ്റ്റ് പാർട്ടി (സി എസ് പി) എന്ന പേരിൽ ഒരു പ്രത്യേകപാർട്ടിയായി പ്രവർത്തിക്കാൻ തീരുമാനിക്കുകയും പുതിയ പാർട്ടിയുടെ കരട് ഭരണഘടന, കരട് പരിപാടി എന്നിവ തയ്യാറാക്കുന്നതിന് ആചാര്യ നരേന്ദ്രദേവ് അദ്ധ്യക്ഷനും ജെ പി കൺവീനറുമായി ഒരു ഡ്രാഫ്റ്റിങ് കമ്മിറ്റിക്ക് രൂപം നല്കുകയും ചെയ്തു. പാറ്റ്നയിൽ കോൺഗ്രസ് സോഷ്യലിസ്റ്റ് പാർട്ടിയുടെ പ്രഥമ സമ്മേളനം ചേരുന്നതിന് തീരുമാനിച്ചു. പാറ്റ്നാ സമ്മേളനത്തിനു മുമ്പായി സംസ്ഥാന കമ്മിറ്റികൾക്കു രൂപം നല്കാനും ധാരണയായി.

കേരളത്തിൽ പാറ്റ്ന സമ്മേളനത്തിന് മുൻപായി 'കേരളഗാന്ധി' എന്ന പേരിൽ പ്രശസ്തനായിരുന്ന കേളപ്പന്റെ അദ്ധ്യക്ഷതയിൽ കോഴിക്കോട് വച്ച് കോൺഗ്രസ് സോഷ്യലിസ്റ്റ് പാർട്ടിയുടെ സമ്മേളനം നടന്നു. സി കെ ഗോവിന്ദൻ നായർ പ്രസിഡന്റും പി കൃഷ്ണപിള്ള സെക്രട്ടറിയുമായി കമ്മിറ്റിക്ക് രൂപംനല്കി. കേരളഘടകത്തെ പ്രതിനിധീകരിച്ച് ഇ എം എസ് പാറ്റ്ന സമ്മേളനത്തിൽ പങ്കെടുത്തു. പാറ്റ്ന സമ്മേളനത്തെത്തുടർന്ന് സോഷ്യലിസ്റ്റ് ആശയപ്രചാരണത്തിന് ജയപ്രകാശ് നാരായണൻ ഇന്ത്യയുടെ നാനാഭാഗങ്ങളിൽ പര്യടനം നടത്തുകയും ജനങ്ങളുടെ സംശയങ്ങൾ ദൂരീകരിക്കുകയും ചെയ്തു. ഇക്കൂട്ടത്തിൽ കേരളത്തിൽ കോഴിക്കോട് ടൗൺഹാളിൽ ചേർന്ന മഹാസമ്മേളനത്തിൽ ജയപ്രകാശ് ചെയ്ത പ്രസംഗത്തെക്കുറിച്ച് ഇ എം എസ് ഇങ്ങനെ അനുസ്മരിക്കുന്നു.

> ആ പ്രസംഗം ഞങ്ങളെപ്പോലുള്ള പ്രവർത്തകന്മാർക്ക് തന്നെ കോൺഗ്രസ് സോഷ്യലിസ്റ്റ് പാർട്ടിയുടെ ഉദ്ദേശ്യവും അതനുസരിച്ച് പ്രവർത്തിക്കുന്നതുകൊണ്ടുള്ള പ്രയോജനവും മറ്റുള്ളവരെ ബോദ്ധ്യപ്പെടുത്താൻ കഴിയുന്നത്ര ലളിതവും അതേസമയം ഗൗരവം നിറഞ്ഞതുമായിരുന്നു. സോഷ്യലിസ്റ്റ് പാർട്ടി ആവിഷ്കരിച്ച സോഷ്യലിസ്റ്റ് പരിപാടി കോൺഗ്രസിനെ ക്ഷീണിപ്പിക്കുക

> യില്ലെന്ന് മാത്രമല്ല കൂടുതൽ ശക്തിപ്പെടുത്താൻ തന്നെ പ്രയോജനപ്പെടുമെന്ന് അദ്ദേഹം വ്യക്തമാക്കി. പതിനായിരക്കണക്കിന് തൊഴിലാളികളും ലക്ഷക്കണക്കിന് കർഷകരും പങ്കെടുത്തുകൊണ്ട് ബ്രിട്ടീഷ്ഭരണം സ്തംഭിപ്പിക്കത്തക്ക ശക്തിയുള്ള ഒരു ബഹുജനപ്രസ്ഥാനത്തിന് രൂപംനല്കാൻ സോഷ്യലിസ്റ്റ് ലക്ഷ്യവും അതിന്റെ വെളിച്ചത്തിൽ ആവിഷ്കരിക്കുന്ന പ്രായോഗികപ്രവർത്തനപരിപാടികളും സഹായിക്കും. അങ്ങനെ അത് സ്വാതന്ത്ര്യസമരത്തെ കൂടുതൽ ശക്തിപ്പെടുത്തും. ഇതാണ് അദ്ദേഹം ഫലപ്രദമായി സ്ഥാപിച്ചത്.

എന്നാൽ കോൺഗ്രസ് പ്രവർത്തകസമിതി കോൺഗ്രസ് പാർട്ടിക്കകത്ത് ഒരു സോഷ്യലിസ്റ്റ് പാർട്ടി രൂപവൽക്കരിച്ചതിനും വർഗ്ഗസമര സിദ്ധാന്തത്തിനും എതിരായ നിലപാടാണ് സ്വീകരിച്ചത്. ഇതിൽ പ്രതിഷേധിച്ച് ജെ പി ഒരു പ്രസ്താവന പുറപ്പെടുവിച്ചു:

> വർഗ്ഗങ്ങളും അവ തമ്മിലുള്ള താല്പര്യസംഘട്ടനങ്ങളും ഉണ്ടാകേണ്ട കാര്യമില്ല. നിലവിലുള്ളതും ഏറെക്കാലമായി നിലനിന്ന് പോരുന്നതുമായ വർഗ്ഗസമരം നമ്മൾ ഉണ്ടാക്കുക എന്ന സങ്കല്പം തന്നെ അപഹാസ്യമാണ്. ഇവിടെ ഒരു പ്രശ്നമേയുള്ളൂ. നമ്മൾ എതു വർഗ്ഗത്തിന്റെ കൂടെയാണ് നില്ക്കുന്നത്. അതേ തീരുമാനിക്കേണ്ടൂ. ഞങ്ങൾ കോൺഗ്രസിൽ തന്നെ നില്ക്കുന്നു. പിരിയുന്നില്ല എന്ന സംഗതി മാത്രം മതിയല്ലോ ഞങ്ങൾക്ക് സമാധാനപരവും നിയമവിധേയവുമായ പരിപാടികളിലുള്ള വിശ്വാസം തെളിയിക്കാൻ.

കോൺഗ്രസിനകത്ത് ഒരു സമ്മർദ്ദഗ്രൂപ്പായി കൂടുതൽ ആശയവ്യക്തതയോടെ കോൺഗ്രസ് സോഷ്യലിസ്റ്റ് പാർട്ടി പ്രവർത്തിക്കാൻ തുടങ്ങി. 1934 ൽ ബോംബെയിൽ ചേർന്ന കോൺഗ്രസിന്റെ അഖിലേന്ത്യാസമ്മേളനത്തോടുകൂടി സി എസ് പിയുടെ വാർഷികസമ്മേളനം നടന്നു. ഒക്ടോബർ 21 ന് ഡോ. സമ്പൂർണ്ണാനന്ദിന്റെ അദ്ധ്യക്ഷതയിൽ യോഗം ചേർന്ന് ജയപ്രകാശ് നാരായണനെ ജനറൽ സെക്രട്ടറിയായും പില്ക്കാലത്ത് കമ്യൂണിസ്റ്റ് പാർട്ടിയുടെ സമുന്നതനേതാക്കളിൽ ഒരാളായി മാറിയ ഇ എം എസിനെ ജോയിന്റ് സെക്രട്ടറിമാരിൽ ഒരാളായും തിരഞ്ഞെടുത്തുകൊണ്ട് 25 അംഗങ്ങൾ അടങ്ങിയ ദേശീയ നിർവ്വാഹക സമിതിക്ക് രൂപം നല്കി. സി എസ് പിയുടെ ഭരണഘടനയ്ക്കും പരിപാടിക്കും ബോംബെ സമ്മേളനം അംഗീകാരം നല്കി. ഇന്ത്യയിലെ സോഷ്യലിസ്റ്റ് നേതാക്കളെല്ലാം പങ്കെടുത്ത ഈ സമ്മേളനം മാർക്സിസം അടിസ്ഥാന സോഷ്യലിസ്റ്റ് പ്രമാണമായി അംഗീകരിക്കുകയും ചെയ്തു.

സമൂഹത്തിലെ വർഗ്ഗവൈരുദ്ധ്യം തിരിച്ചറിയാൻ കഴിയാത്ത ഗാന്ധിജിയുടെ ട്രസ്റ്റിഷിപ്പ് സിദ്ധാന്തം ബൂർഷ്വാനയത്തിൽ അധിഷ്ഠിതമാണ് എന്ന് പ്രഖ്യാപിക്കാൻ യാതൊരു മടിയും കാണിക്കാത്ത ദേശീയനേതാവായിരുന്നു ജെ പി. ചൂഷക–ചൂഷിത വർഗ്ഗങ്ങൾ തമ്മിൽ രമ്യമായി പരിഹരിക്കപ്പെടേണ്ട ഒന്നല്ല സാമൂഹ്യനീതി. കോൺഗ്രസ് സോഷ്യലിസ്റ്റ് പാർട്ടിയുടെ നയങ്ങളും സോഷ്യലിസത്തിന്റെ അടിസ്ഥാനപ്രമാണങ്ങളും വിശദീകരിക്കുന്ന *സോഷ്യലിസം എന്തിന്?* എന്ന ഗ്രന്ഥം 1935 ൽ ജെ പി പുറത്തിറക്കി. ഇന്ത്യയിലെ സോഷ്യലിസത്തിന്റെ അടിസ്ഥാനപ്രമാണമായി ഈ ഗ്രന്ഥം വാഴ്ത്തപ്പെടുകയും *ബൈബിൾ* പോലെ പാരായണം ചെയ്യപ്പെടുകയും ചെയ്തു. 'സോഷ്യലിസത്തിന് ഒരു സിദ്ധാന്തമാണുള്ളത്. അത് മാർക്സിസമാണ്. മുമ്പെന്നത്തേക്കാളും കൂടുതലായി ഇപ്പോഴത് പറയുവാൻ കഴിയും.' ജെ പി ഈ ഗ്രന്ഥത്തിൽ മാർക്സിസത്തിൽ തനിക്കുള്ള വിശ്വാസം അർത്ഥശങ്കയ്ക്കിടനല്കാതെ പ്രഖ്യാപിക്കുന്നുണ്ട്. കേരളത്തിലും സോഷ്യലിസ്റ്റ് ആശയപ്രചാരണത്തിന് ഈ ഗ്രന്ഥം വലിയ പങ്കു വഹിച്ചിട്ടുണ്ട്. ദേശീയപ്രസ്ഥാനത്തിന്റെ വിജയത്തിന് മർദ്ദിതരും ചൂഷിതരുമായ കർഷകരെക്കൂടി പങ്കെടുപ്പിക്കേണ്ട ആവശ്യകത ജെ പി ചൂണ്ടിക്കാട്ടി. അദ്ദേഹത്തിന്റെ ശ്രമഫലമായി അനേകം കർഷകസംഘടനകൾ ഇന്ത്യയിൽ വിവിധ പ്രദേശങ്ങളിലായി നിലവിൽ വന്നു. തൊഴിലാളികൾക്കും സോഷ്യലിസ്റ്റ്പാർട്ടി പ്രവർത്തകർക്കും യഥാവിധി വിദ്യാഭ്യാസം നല്കാൻ ജെ പി സോഷ്യലിസ്റ്റ് ബുക് ക്ലബ്ബുകൾക്ക് രൂപം നല്കി. ക്ലബ്ബ് അംഗങ്ങൾക്ക് ഗ്രന്ഥങ്ങൾ ചുരുങ്ങിയ വിലയിൽ ലഭ്യമാക്കുന്നതിന് അദ്ദേഹം പരിശ്രമിച്ചു.

അഖിലേന്ത്യാകിസാൻസഭ രൂപംകൊള്ളുന്നു.

1936 ൽ ഇന്ത്യയിലെ കർഷകപ്രവർത്തകരുടെ ഒരു പ്രാരംഭസമ്മേളനം മീററ്റിൽ ചേരുകയുണ്ടായി. ഈ സമ്മേളനത്തിൽ അഖിലേന്ത്യാ കിസാൻ കോൺഗ്രസിന്റെ പ്രഥമസമ്മേളനം വിളിച്ചുചേർക്കുന്നതിന് ജയപ്രകാശ് നാരായണൻ, എൻ ജി രങ്ക എന്നിവർ ജോയിന്റ് കൺവീനർമാരായി ഒരു സംഘാടക സമിതിക്ക് രൂപംനല്കി. ഈ സമിതിയുടെ ശ്രമഫലമായി ലക്നൗവിൽ അഖിലേന്ത്യാ കിസാൻ കോൺഗ്രസ് വിളിച്ചുചേർക്കപ്പെട്ടു. ബീഹാറിലെ കർഷകനേതാവ് സ്വാമി സഹജാനന്ദ സരസ്വതി പ്രസിഡന്റായും എൻ ജി രംഗ സെക്രട്ടറിയായും ഒരുകേന്ദ്രകമ്മിറ്റിക്ക് രൂപം നല്കി. പിന്നീട് സംഘടനയുടെ പേര് അഖിലേന്ത്യാ കിസാൻ സഭ എന്നാക്കി മാറ്റി. അഖിലേന്ത്യാ കിസാൻസഭയുടെ ആദ്യ സമ്മേളനമായി ലക്നൗസമ്മേളനം കണക്കാക്കപ്പെടുന്നു. ഭൂപ്രഭുത്വം അവസാനിപ്പിച്ച് കർഷകരെ ഭൂവുടമകളാക്കി മാറ്റുക, ഭൂനികുതിവ്യവസ്ഥ സമഗ്ര

മായി പരിഷ്കരിക്കുക തുടങ്ങിയ പ്രമേയങ്ങൾ സമ്മേളനം അംഗീകരിച്ചു.

ഗാന്ധിജിയുടെ സമരപരിപാടികളോട് ജയപ്രകാശിന് അതൃപ്തി വർദ്ധിച്ചുവന്നു. വ്യക്തിസത്യഗ്രഹം കാപട്യമാണെന്ന് ഒരിക്കൽ ജെ പി എഴുതുകയുണ്ടായി. ബ്രിട്ടീഷ് ഗവൺമെന്റിനെ കെട്ടുകെട്ടിക്കാൻ വേണ്ടിവന്നാൽ അക്രമവും ഒളിപ്രവർത്തനവും വരെ നടത്താൻ മടിക്കുകയില്ലെന്ന് അദ്ദേഹം തുറന്നടിച്ചു. 1940 ൽ ജംഷഡ്പൂരിൽ നടന്ന വമ്പിച്ച റാലിയിൽ പ്രസംഗിക്കവെ ബ്രിട്ടീഷ് കോടതികൾ ബഹിഷ്കരിക്കാനും പാരതന്ത്ര്യത്തിന്റെ ചങ്ങലക്കെട്ടുകൾ പൊട്ടിച്ചെറിയാനും ജെ പി ആഹ്വാനം ചെയ്തു. പ്രസംഗം പ്രകോപനപരമായിരുന്നുവെന്ന കുറ്റാരോപണം നടത്തി ജെ പി യെ അറസ്റ്റു ചെയ്തു ജയിലിലടച്ചു. ജയപ്രകാശിന്റെ അറസ്റ്റിൽ പ്രതിഷേധിച്ച്, ബ്രിട്ടീഷ് ഗവൺമെന്റ് ഇന്ത്യക്കാരോട് യുദ്ധപ്രഖ്യാപനമാണ് നടത്തുന്നതെന്ന് ജവഹർലാൽ നെഹ്റു പ്രസ്താവന പുറപ്പെടുവിച്ചു. 1938 ൽ സുഭാഷ് ചന്ദ്രബോസ് കോൺഗ്രസ് പ്രസിഡന്റായി തിരഞ്ഞെടുക്കപ്പെട്ടതിനു ശേഷം പണ്ഡിറ്റ് ജവഹർലാൽ നെഹ്റു കോൺഗ്രസ് വർക്കിങ് കമ്മിറ്റിയിലേക്ക് നാമനിർദ്ദേശം ചെയ്ത മൂന്ന് സോഷ്യലിസ്റ്റ് നേതാക്കളിൽ പ്രമുഖൻ ജയപ്രകാശ് നാരായണനായിരുന്നു. ആചാര്യനരേന്ദ്രദേവും അച്യുത് പട്‌വർദ്ധനുമായിരുന്നു മറ്റു രണ്ടുപേർ. സുഭാഷ് ചന്ദ്രബോസിനെ കോൺഗ്രസ് പ്രസിഡന്റായി തിരഞ്ഞെടുത്തതിൽ സോഷ്യലിസ്റ്റുകൾ നിർണ്ണായക പങ്കുവഹിച്ചു.

കോൺഗ്രസിലെ തർക്കങ്ങളിൽനിന്ന് അകന്നുനിന്നു

കോൺഗ്രസിലെ നേതൃത്വവുമായി ബന്ധപ്പെട്ട ഇടതുവലതു കലഹങ്ങൾ ഒരു തകർച്ചയിലേക്ക് നീങ്ങുന്നത് കാണാൻ ജയപ്രകാശ് ഇഷ്ടപ്പെട്ടിരുന്നില്ല. 1939 ൽ കോൺഗ്രസിൽ ഗാന്ധിജിയും വലതുപക്ഷ നേതാക്കളും ഇടതുപക്ഷക്കാരനായ സുഭാഷ് ചന്ദ്രബോസിനെതിരെ നടത്തിയ രാഷ്ട്രീയ കരുനീക്കങ്ങൾക്കെതിരെ സുഭാഷ് ചന്ദ്രബോസിനെ പിന്തുണയ്ക്കുന്ന പരസ്യനിലപാടെടുക്കാൻ ജയപ്രകാശ് വിമുഖത കാണിച്ചു. 1939 ലെ ത്രിപുരി സമ്മേളനത്തിനുശേഷം ജയപ്രകാശ് ഇതിന് നല്കിയ വിശദീകരണം ഇപ്രകാരമായിരുന്നു:

> ഞങ്ങൾ സോഷ്യലിസ്റ്റുകാർ കോൺഗ്രസിനകത്ത് ഒരു ഭിന്നിപ്പ് ഉണ്ടാക്കാൻ ആഗ്രഹിക്കുന്നില്ല. കോൺഗ്രസിലെ പഴയ നേതൃത്വത്തെമാറ്റി എതിരാളികളെ നേതൃത്വത്തിൽ കൊണ്ടുവരണമെന്നും ആഗ്രഹിക്കുന്നില്ല. ഞങ്ങൾക്ക് കോൺഗ്രസിന്റെ നയങ്ങളിലും പരിപാടികളിലും മാത്രമാണ് താല്പര്യമുള്ളത്. കോൺഗ്രസിന്റെ തീരുമാനങ്ങളെ സ്വാധീനിക്കാനാണ് ഞങ്ങൾ ശ്രമിക്കുന്നത്.

കോൺഗ്രസിലെ പഴയ നേതാക്കളുമായി ഞങ്ങൾക്ക് എന്തെല്ലാം അഭിപ്രായ വ്യത്യാസങ്ങൾ ഉണ്ടെങ്കിലും അവരുമായി ഒരു കലഹത്തിന് ഞങ്ങൾ തയ്യാറല്ല. സാമ്രാജ്യത്വത്തിനെതിരായ യുദ്ധത്തിൽ തോളോടുതോൾ ചേർത്ത് ഒരുമിച്ച് എല്ലാവരും നീങ്ങണമെന്നാണ് ഞങ്ങൾ ആഗ്രഹിക്കുന്നത്.

ക്വിറ്റ് ഇന്ത്യാ സമരവും ജയിൽ ചാട്ടവും

1940 ൽ ജയിൽമോചിതനായ ജയപ്രകാശ് ഇന്ത്യ മുഴുവൻ പര്യടനം നടത്തുകയും ഭാവി ഇന്ത്യയുടെ പുരോഗതിക്ക് സോഷ്യലിസ്റ്റ് സാമൂഹ്യവ്യവസ്ഥ അംഗീകരിക്കേണ്ടതിന്റെ ആവശ്യകത ജനങ്ങളോട് ഉദ്ബോധിപ്പിക്കുകയും ചെയ്തു. ഇന്ത്യാക്കാരോട് ആലോചിക്കാതെ രണ്ടാം ലോകമഹായുദ്ധത്തിലേക്ക് ഇന്ത്യയെ വലിച്ചിഴച്ചതിൽ പ്രതിഷേധിച്ച് ബ്രിട്ടനെതിരെ പ്രസംഗിച്ചതിന് 1941 ഏപ്രിലിൽ ബോംബയിൽവച്ച് ജയപ്രകാശിനെ വീണ്ടും അറസ്റ്റു ചെയ്തു. രാജസ്ഥാനിലെ ദിയോളി ക്യാമ്പിൽ അദ്ദേഹത്തെ തടവിലിട്ടു. അവിടത്തെ തടവുകാരുടെ പരിതാപകരമായ അവസ്ഥയിൽ പ്രതിഷേധിച്ച് ജയപ്രകാശ് നിരാഹാരസമരം ആരംഭിച്ചു. ഇതിനെത്തുടർന്ന് അദ്ദേഹത്തെ ബീഹാറിലെ ഹസാരിബാഗ് ജയിലിലേക്ക് മാറ്റി. 1942 ആഗസ്ത് 8 ന് ബോംബെയിൽ അബ്ദുൾ കലാം ആസാദിന്റെ അദ്ധ്യക്ഷതയിൽ ചേർന്ന അഖിലേന്ത്യാ കോൺഗ്രസ് സമ്മേളനം ചരിത്രപ്രസിദ്ധമായ 'ക്വിറ്റ് ഇന്ത്യ' സമരത്തിന് ആഹ്വാനം നല്കി. 'പ്രവർത്തിക്കുക അല്ലെങ്കിൽ മരിക്കുക.' ഗാന്ധിജി അന്തിമപോരാട്ടത്തിനായി ജനങ്ങളോട് ആവശ്യപ്പെട്ടു. ബ്രിട്ടീഷ് ഭരണത്തിനെതിരായി രാജ്യവ്യാപകമായി വലിയ ബഹുജനപ്രക്ഷോഭം ഉയർന്നുവന്നു. ജയ

ജയപ്രകാശ് നാരായണനും പണ്ഡിറ്റ് ജവഹർലാൽ നെഹ്റുവും

പ്രകാശ് നാരായണന്റെ നേതൃത്വത്തിലുള്ള കോൺഗ്രസ് സോഷ്യലിസ്റ്റ് പാർട്ടി ഈ സമരത്തിന് പരിപൂർണ്ണ പിന്തുണ നല്കി. അതിന് ജയപ്രകാശ് നല്കിയ താത്ത്വിക വിശദീകരണം ഇപ്രകാരമായിരുന്നു. "കോൺഗ്രസിന്റെ നിലപാടിനെപ്പറ്റിയുള്ള എന്റെ വ്യാഖ്യാനം കൃത്യവും സ്പഷ്ടവുമാണ്. രാജ്യം സ്വതന്ത്രമാവുകയാണെങ്കിൽ ആക്രമണത്തെ ഹിംസാത്മകമായിട്ടുകൂടി ചെറുത്തുനില്ക്കുവാൻ കോൺഗ്രസ് തയ്യാറാണ്. ബോംബെ പ്രമേയത്തിന്റെ പരിധിക്കുള്ളിൽ നിന്നുകൊണ്ട് തന്നെ ആയുധങ്ങളുമായി ബ്രിട്ടനെ നേരിടുന്നത് ന്യായീകരിക്കാവുന്നതാണ്. ഇത് ഗാന്ധിജിയുടെ തത്ത്വങ്ങൾക്ക് യോജിക്കുന്നില്ലെങ്കിൽ അതെന്റെ കുറ്റമല്ല." ആഗസ്ത് 9 ന് ഗാന്ധിജി, നെഹ്റു, ആസാദ് തുടങ്ങിയ പ്രമുഖരായ നേതാക്കളെല്ലാം അറസ്റ്റ് ചെയ്യപ്പെട്ടു. സമരം അടിച്ചമർത്താൻ സർക്കാർ ഭീകരകമായ മർദ്ദനമുറകൾ അഴിച്ചുവിട്ടു. ക്വിറ്റ് ഇന്ത്യാ സമരം മൂർദ്ധന്യത്തിൽ എത്തിനില്ക്കുന്ന ഘട്ടത്തിൽ ജയിലിൽ അടങ്ങിയൊതുങ്ങി കഴിയുന്നത് ഉചിതമല്ലെന്ന് ജയപ്രകാശിന് തോന്നി. 1942 നവംബറിൽ ദീപാവലി ആഘോഷവേളയിൽ 5 സഹതടവുകാരോടൊപ്പം ജെ പി അതിസാഹസികമായി പതിനേഴടി ഉയരമുള്ള ഹസാരിബാഗ് സെൻട്രൽ ജയിൽചാടി പുറത്തുവന്നു.

ജയിൽചാടിയ ജയപ്രകാശിനെ ജീവനോടെയോ അല്ലാതെയോ പിടിച്ചു കൊടുക്കുന്നവർക്ക് ബ്രിട്ടീഷ് ഗവൺമെന്റ് 10,000 രൂപയുടെ പാരിതോഷികം പ്രഖ്യാപിച്ചു. ദിവസങ്ങൾ നീണ്ട സാഹസികമായ യാത്രയ്ക്ക് ശേഷം ജയപ്രകാശ് ഗയയിലെ ഒരു പാറക്കെട്ടിലെത്തി വിശ്രമിച്ചു. 'ജേപ്പിസ് റോക്ക്' എന്ന പേരിലാണ് ഈ പാറക്കെട്ട് ഇപ്പോൾ അറിയപ്പെടുന്നത്. അവിടെ നിന്ന് നേപ്പാളിൽ പ്രവേശിക്കുകയും റാണമാരുടെ സഹായത്തോടെ ആസാദ് ദസ്താ എന്ന പേരിൽ ഒരുഗറില്ലാ സേനയ്ക്ക് രൂപംനല്കുകയും ചെയ്തു. ഒളിപ്രവർത്തനങ്ങൾക്കിടയിൽ ജയപ്രകാശും ഡോ. ലോഹ്യയും അറസ്റ്റിലാവുകയും പൊലീസ് അവരെ ലോക്കപ്പിലടയ്ക്കുകയും ചെയ്തു. 'ആസാദ് ദസ്താ' വാളണ്ടിയർമാർ ലോക്കപ്പ് റൂം ആക്രമിച്ച് ജയപ്രകാശിനെയും ഡോ. ലോഹ്യയെയും ബലപ്രയോഗത്തിലൂടെ പൊലീസ് കസ്റ്റഡിയിൽനിന്ന് മോചിപ്പിച്ചു. കല്ക്കത്തയിൽനിന്നും പെഷവാറിലേക്കുള്ള യാത്രാമദ്ധ്യേ ജയപ്രകാശ് നാരായണനെ ലഹോറിൽവച്ച് പൊലീസ് വീണ്ടും അറസ്റ്റു ചെയ്തു. ലാഹോർ കോട്ടയിൽ ക്രൂരമായ പീഡനങ്ങൾക്ക് വിധേയനാക്കി. ഇരുട്ടറയിൽ ഏകാന്തതടവിൽ കഴിയുകയായിരുന്ന ജെ പിയെ അത്ഭുതപ്പെടുത്തിക്കൊണ്ട് സഹതടവുകാരനായി ഡോ. റാം മനോഹർ ലോഹ്യ എത്തിച്ചേർന്നു. കോടതി നിർദ്ദേശത്തെത്തുടർന്ന് രണ്ടുപേരെയും പിന്നീട് ആഗ്ര ജയിലിലേക്ക് മാറ്റി. അധികാരക്കൈമാറ്റവുമായി ബന്ധപ്പെട്ട് രാജ്യത്ത് നടക്കുന്ന സംഭവവികാസങ്ങളിൽ ജെ പി അസ്വസ്ഥനായിരുന്നു. ഇന്ത്യയുടെ സ്വാത

ന്ത്ര്യത്തെപ്പറ്റി ചർച്ച ചെയ്യാൻ ബ്രിട്ടീഷ് ഗവൺമെന്റിന്റെ ഹോം മെമ്പർ ആഗ്ര ജയിലിൽ ജെ പിയെ സന്ദർശിച്ച് ആശയവിനിമയം നടത്തി.

ഇന്ത്യാവിഭജനത്തോട് വിയോജിപ്പ്

1944 മെയ് മാസത്തിൽ ഗാന്ധിജിയെയും 1943 ജൂണിൽ മറ്റു ദേശീയ നേതാക്കളെയും ജയിലിൽനിന്ന് വിട്ടയച്ചെങ്കിലും ജയപ്രകാശിനെ മോചിപ്പിച്ചില്ല. ഗാന്ധിജിയുടെ അഭ്യർത്ഥന മാനിച്ചാണ് പിന്നീട് ബ്രിട്ടീഷ് സർക്കാർ അദ്ദേഹത്തെയും ഡോ. ലോഹ്യയെയും മോചിപ്പിച്ചത്. അപ്പോഴേക്കും ഇന്ത്യാ വിഭജനത്തിന്റെ പ്രാരംഭനടപടികൾ നടന്നുകഴിഞ്ഞിരുന്നു. ദ്വിരാഷ്ട്രവാദം ആദ്യം ഉന്നയിച്ചത് മുഹമ്മദാലി ജിന്നയായിരുന്നു. ഹിന്ദുക്കൾക്ക് ഭൂരിപക്ഷമുള്ള ഇന്ത്യയിൽ മുസ്ലീങ്ങൾ പീഡിപ്പിക്കപ്പെടുമെന്ന ഭയമായിരുന്നു ജിന്നയെ ഈ ആവശ്യമുന്നയിക്കാൻ പ്രേരിപ്പിച്ചത്. ഹിന്ദു–മുസ്ലീം ലഹളയെക്കുറിച്ചുള്ള ഭീതിജനകമായ വാർത്തകൾ പത്രങ്ങളിൽ നിറഞ്ഞുനിന്നു. ഇന്ത്യയുടെ വിഭജനത്തിന് ഗാന്ധിജിയെപ്പോലെ ജെ പിയും എതിരായിരുന്നു. ഒരു ഏകീകൃതമതേതര ഇന്ത്യയായിരുന്നു ജെ പിയുടെ സങ്കല്പത്തിലുണ്ടായിരുന്നത്. എന്നാൽ അദ്ദേഹത്തിന്റെ അഭിപ്രായങ്ങളെ മാനിക്കാതെയാണ് എ ഐ സി സി സമ്മേളനത്തിൽ വിഭജനപ്രമേയം അവതരിപ്പിച്ച് പാസാക്കിയതും മുസ്ലീംലീഗിന്റെ പാകിസ്ഥാൻ വാദത്തിന് അംഗീകാരം നല്കിയതും ഇന്ത്യയെ വിഭജിക്കുന്നതിനുള്ള ഒരു നിർദ്ദേശവും അംഗീകരിക്കരുതെന്ന് ജെ പി കോൺഗ്രസ് വർക്കിങ് കമ്മിറ്റിയോട് അഭ്യർത്ഥിച്ചെങ്കിലും ഫലമുണ്ടായില്ല. മൗണ്ട് ബാറ്റൺ പദ്ധതിയെ ആസ്പദമാക്കി ബ്രിട്ടീഷ് പാർലിമെന്റ് 1947 ജൂലൈ നാലാം തീയതി പാസ്സാക്കിയെടുത്ത ഇന്ത്യൻ ഇൻഡിപ്പെൻഡന്റ്സ് ആക്ട് പ്രകാരം ഇന്ത്യയെ വിഭജിച്ചു. 'ഇന്ത്യയെ വെട്ടിമുറിക്കുന്നതിനുമുമ്പ് നിങ്ങൾക്ക് എന്റെ ശരീരം വെട്ടിമുറിക്കേണ്ടിവരും' എന്ന ഗാന്ധിജിയുടെ പ്രഖ്യാപനം പോലും ബധിരകർണ്ണങ്ങളിലാണ് പതിച്ചത്. ഇന്ത്യാഭൂഖണ്ഡത്തിലെങ്ങും വർഗ്ഗീയ വിദ്വേഷത്തിന്റെയും സംഘർഷത്തിന്റെയും ഭീകര അന്തരീക്ഷമാണ് നിലനിന്നിരുന്നത്. ഇത് ജയപ്രകാശിനെ ഏറെ വേദനിപ്പിച്ചു. രാഷ്ട്രവിഭജനമെന്ന കയ്പ്പേറിയ കഷായം കുടിക്കാൻ അദ്ദേഹം നിർബ്ബന്ധിതനായി.

സോഷ്യലിസ്റ്റ് പാർട്ടിയുടെ രൂപീകരണം

അഭിപ്രായവ്യത്യാസങ്ങൾ മൂർച്ഛിച്ചതിന്റെ ഫലമായി ജെ പി ഇന്ത്യൻ നാഷണൽ കോൺഗ്രസിനോട് വിട പറഞ്ഞു. 1947 ൽ കാൺപൂരിൽ ചേർന്ന സി എസ് പിയുടെ സമ്മേളനത്തിൽ കോൺഗ്രസ് സോഷ്യലിസ്റ്റ് പാർട്ടിയുടെ പേരിൽനിന്ന് 'കോൺഗ്രസ്' എന്ന വാക്ക് നീക്കം ചെയ്യാനും

സോഷ്യലിസ്റ്റ് പാർട്ടി ഒരു സ്വതന്ത്രരാഷ്ട്രീയ സംഘടനയായി പ്രവർത്തിക്കാനും തീരുമാനിച്ചു. 1946 ൽ ജയിൽ വിമുക്തനായപ്പോൾ ഇന്ത്യ മുഴുവൻ അറിയപ്പെടുന്ന ഏറ്റവും ഉന്നതനായ സോഷ്യലിസ്റ്റ് നേതാവായി ജെ പി മാറിയിരുന്നു. പ്രധാന ട്രേഡ്യൂണിയൻ നേതാവായും ജെ പി ശ്രദ്ധേയനായി. ഇക്കാലത്ത് അഖിലേന്ത്യാ റെയിൽവെമെൻ ഫെഡറേഷൻ, അഖിലേന്ത്യാ പോസ്റ്റൽ എംപ്ലോയീസ് യൂണിയൻ, ആയുധനിർമ്മാണശാലാപ്രവർത്തക യൂണിയൻ എന്നീ ട്രേഡ് യൂണിയനുകളുടെ പ്രസിഡന്റായും അദ്ദേഹം പ്രവർത്തിച്ചു. 1948 ആഗസ്തിൽ കേന്ദ്ര ട്രേഡ് യൂണിയനായ ഹിന്ദ് മസ്ദൂർ സഭയ്ക്ക് (h m s) അദ്ദേഹം രൂപംനല്കി. എന്നാൽ ദീർഘകാലം ജയപ്രകാശ് ട്രേഡ്യൂണിയൻ രംഗത്ത് ഉറച്ചുനിന്നില്ല. 1953 ൽ അദ്ദേഹം എല്ലാ ട്രേഡ്യൂണിയനുകളുടെയും നേതൃത്വം ഒഴിഞ്ഞു.

സർവ്വോദയത്തിലേക്ക് ചുവടുമാറ്റം

മാർക്സിയൻ ചിന്തയിൽനിന്ന് ജെ പി ക്രമേണ അകലുകയും ഗാന്ധിയൻ തത്ത്വചിന്തകളിൽ അധിഷ്ഠിതമായ ആചാര്യ വിനോബ ഭാവെയുടെ സർവ്വോദയപ്രസ്ഥാനത്തിലേക്ക് നീങ്ങുകയും ചെയ്തു. 1952 ൽ സോഷ്യലിസത്തിൽനിന്ന് സർവ്വോദയത്തിലേക്ക് എന്ന അദ്ദേഹത്തിന്റെ ലേഖനം പുറത്തുവന്നു. സമൂഹത്തിലെ ഏറ്റവും അടിത്തട്ടിലുള്ളവന്റെ ഉദയം സംഭവിക്കുമ്പോൾ എല്ലാവരുടെയും ഉദയം യാഥാർത്ഥ്യമാവുന്നു. അങ്ങനെ സർവ്വോദയം അന്ത്യോദയമായി മാറുന്നു. ഗാന്ധിജിയുടെ ഉദാത്തമെന്ന് വിശേഷിപ്പിക്കപ്പെടുന്ന പ്രപഞ്ചവീക്ഷണമാണ് ജയപ്രകാശിന്റെ ലേഖനത്തിൽ ഉടനീളം പ്രകാശിതമായത്. അധികാരരാഷ്ട്രീയത്തിൽ നിന്നും കക്ഷി രാഷ്ട്രീയത്തിൽ നിന്നും അദ്ദേഹം അകന്നുനിന്നു. നെഹ്റുവിനു ശേഷം ഇന്ത്യയുടെ പ്രധാനമന്ത്രിയായി ജയപ്രകാശിനെ ഉയർത്തിക്കാട്ടിയ രാഷ്ട്രീയനിരീക്ഷകർ ഏറെയുണ്ടായിരുന്നു. എന്നാൽ അധികാരരാഷ്ട്രീയത്തിന്റെ പ്രലോഭനങ്ങളിൽ നിന്നെല്ലാം നിശ്ചയദാർഢ്യത്തോടെ അദ്ദേഹം മാറിനിന്നു. സമസ്താധികാരവും അനീതിനിറഞ്ഞതാണെന്നും അതുകൊണ്ടുതന്നെ ജനങ്ങൾക്കെതിരുമാണെന്നുമുള്ള കാഴ്ചപ്പാട് അദ്ദേഹത്തിനുണ്ടായിരുന്നു. അധികാരത്തിന്റെ പരിധി വളരെ ചെറുതാണെന്നും എന്നാൽ സേവനത്തിന്റെ സാദ്ധ്യതകൾ അനന്തമാണെന്നുമുള്ള ഗാന്ധിയൻ ആശയഗതി അദ്ദേഹത്തെ വലിയതോതിൽ സ്വാധീനിച്ചു. അധികാരത്തിനുവേണ്ടി എന്തു നെറികേടും ചെയ്യാൻ മടിയില്ലാത്ത ബൂർഷ്വാ രാഷ്ട്രീയ നേതാക്കൾക്കു മുമ്പിൽ ജയപ്രകാശ് ഒരു മഹനീയ മാതൃകയായിരുന്നു.

1952 ലെ പൊതുതിരഞ്ഞെടുപ്പിൽ സോഷ്യലിസ്റ്റ് പാർട്ടി മിക്ക സീറ്റുകളിലും സ്ഥാനാർത്ഥികളെ നിർത്തി മത്സരിച്ചെങ്കിലും പാർലമെന്റിലേക്ക്

13 സീറ്റിലും അസംബ്ലികളിലേക്ക് 125 സീറ്റിലും മാത്രമാണ് വിജയിക്കാൻ കഴിഞ്ഞത്. 1952 ഡിസംബർ മാസത്തിൽ ബോംബെയിൽ വച്ച് സോഷ്യ ലിസ്റ്റ് പാർട്ടിയും കോൺഗ്രസിൽ നിന്ന് ഭിന്നിച്ചു വന്ന കിസാൻ മസ്ദൂർ പ്രജാപാർട്ടിയും തമ്മിൽ ലയിച്ചു. അങ്ങനെയുണ്ടായ പ്രജാ സോഷ്യ ലിസ്റ്റ് പാർട്ടി (P S P)യുടെ ജനറൽ സെക്രട്ടറിയായി ജെ പി തിരഞ്ഞെടു ക്കപ്പെട്ടു. അച്ചടക്കരാഹിത്യത്തിന്റെ ചുഴിയിൽപ്പെട്ട് ഈ പാർട്ടി ഛിന്നഭി ന്നമായി. അതിനെത്തുടർന്ന് സജീവരാഷ്ട്രീയത്തിൽ നിന്ന് ജെ പി പിൻവാ ങ്ങി. 1954 ഏപ്രിൽ മാസത്തിൽ അദ്ദേഹം വിനോബഭാവെയുടെ സർവ്വോ ദയപ്രസ്ഥാനത്തിൽ ചേർന്നു. ജെ പിയുടെ മഹത്തരമായ പൊതുജന സേവനം കണക്കിലെടുത്ത് 1959 ൽ ഫിലിപ്പൈൻസ് ഗവൺമെന്റ് ഏഷ്യ യിലെ നോബൽ സമ്മാനം എന്നറിയപ്പെടുന്ന മഗ്സാസെ അവാർഡ് നല്കി അദ്ദേഹത്തെ ആദരിക്കുകയുണ്ടായി.

സമ്പൂർണ്ണവിപ്ലവചിന്തകൾ

ജെ പിയുടെ സമ്പൂർണ്ണവിപ്ലവചിന്തകൾ സമാധാനപരമായ കാർഷി കവിപ്ലവവും സാമൂഹികമാറ്റവുമാണ് ലക്ഷ്യമാക്കിയത്. ഭൂദാനം ഗ്രാമ ദാനം സർവ്വോദയം എന്നിവ. അതിലേക്കു നയിക്കുന്ന വഴികളാണ് 1955 ൽ ബീഹാറിലെ ഗയയിൽ അഖിലഭാരത സർവ്വസേവാസംഘത്തിന് രൂപം നല്കുകയും വമ്പൻ ഭൂവുടമകളിൽ നിന്ന് ഭൂമി ദാനമായി ഏറ്റെടുത്ത് പാവപ്പെട്ട ഭൂരഹിതർക്ക് വിതരണം നടത്തുന്ന പ്രവർത്തനങ്ങളിൽ മുഴു കുകയും ചെയ്തു. സർവ്വോദയപ്രസ്ഥാനങ്ങൾക്കായി സ്വയം സമർപ്പി ക്കാൻ ആചാര്യ വിനോബാഭാവയെപ്പോലെ അദ്ദേഹം തയ്യാറാവുകയും ചെയ്തു.

ഇന്ത്യയിലെ ഭൂവുടമകൾ തങ്ങളുടെ കൈവശമുള്ള ഭൂമിയിൽ ഒരു ഭാഗം സ്വമേധയാ ഭൂമിയില്ലാത്ത കർഷകർക്ക് ദാനം ചെയ്യണമെന്ന് ജയ പ്രകാശ് നാരായണൻ അഭ്യർത്ഥിച്ചു. ഘട്ടം ഘട്ടമായി ഭൂമിദാനം ഗ്രാമദാ നമായി വളരുമെന്ന് അദ്ദേഹം പ്രതീക്ഷിച്ചു. അങ്ങനെ ഗ്രാമത്തിലെ മുഴു വൻ ഭൂമിയും ഒരുമിച്ചു ചേർത്ത് ഗ്രാമവാസികളുടെ പൊതുസ്വത്താക്കു ക, ഗ്രാമത്തിലെ മുഴുവൻ ഭൂമിയിലും എല്ലാവരും ചേർന്ന് കൃഷിയിറക്കു ക, അങ്ങനെ ഉല്പാദിപ്പിക്കുന്ന ഉല്പന്നങ്ങളുടെ നീതിപൂർവ്വമായ വിത രണം നടത്തുക, ഗ്രാമത്തിലെങ്ങും പൊതു ആവശ്യത്തിനായി ഗ്രാമവ്യവ സായങ്ങളും മറ്റു ജീവിതമാർഗ്ഗങ്ങളും സംഘടിപ്പിക്കുക ഇതായിരുന്നു ഗ്രാമദാനത്തെപ്പറ്റി ജയപ്രകാശിന്റെ സങ്കല്പം. ആ നിലയ്ക്ക് ഗാന്ധിജി യെപ്പോലെ ജയപ്രകാശ് നാരായണനും കറ തീർന്ന ആദർശവാദിയാ യിരുന്നു. അദ്ദേഹത്തിന്റെ സഹജീവിസ്നേഹത്തെയും ഭൂതദയയെയും നമുക്ക് ബഹുമാനിക്കാതിരിക്കാൻ കഴിയില്ല.

എന്നാൽ ഇന്ത്യയിലെ ലക്ഷക്കണക്കായ ദരിദ്രനാരായണന്മാർ സാമൂഹ്യനീതിക്കായി, സമ്പന്നരുടെ മഹാമനസ്കതയ്ക്കുവേണ്ടി ക്ഷമയോടെ കാത്തുനില്ക്കണമെന്ന വാദം ഉന്നയിച്ചതുവഴി ജയപ്രകാശ് നാരായണൻ വൻഭൂവുടമകളുടെ താല്പര്യസംരക്ഷകനായി സ്വയം മാറുകയാണ് ചെയ്തത് എന്ന കമ്യൂണിസ്റ്റ് ഇടതുപക്ഷവിമർശനം അവഗണിക്കാവുന്നതല്ല. തെലുങ്കാനയിലെ കൃഷിക്കാർ കമ്യൂണിസ്റ്റുപാർട്ടിയുടെ നേതൃത്വത്തിൽ ഭൂമിക്കു വേണ്ടി നടത്തിയ, ഐതിഹാസികമായ സായുധ സമരത്തെ നേരിടാനായിരുന്നു ഭൂദാനപ്രസ്ഥാനം കൊണ്ടുവന്നത്.

ചമ്പൽകൊള്ളക്കാർ ആയുധംവച്ച് കീഴടങ്ങുന്നു

മദ്ധ്യപ്രദേശിലെ ചമ്പൽവനങ്ങൾ താവളമാക്കി കൊള്ളയും കൊലയും നടത്തി ജനങ്ങളെ വിറപ്പിച്ചിരുന്ന കുപ്രസിദ്ധരായ കൊള്ളക്കാർ ജെ പിയുടെയും വിനോബാജിയുടെയും ഉപദേശം സ്വീകരിച്ച് മാനസാന്തരപ്പെടുകയും സാധാരണജീവിതത്തിലേക്ക് തിരിച്ചുവരികയും ചെയ്തു. 1972 ഏപ്രിൽ മാസത്തിൽ മാധവ്സിങ്ങിന്റെ നേതൃത്വത്തിലുള്ള കൊള്ളക്കാർ പാറ്റ്നയിൽ ജെ പിയുടെ മുമ്പാകെ ഗാന്ധിപ്രതിമയ്ക്ക് മുമ്പിൽ സർവ്വ ആയുധങ്ങളും സമർപ്പിച്ച് സർക്കാരിന് കീഴടങ്ങി. ജെ പിയുടെ ഉന്നതമായ വ്യക്തിവൈശിഷ്ട്യവും ധാർമ്മികമായ ആജ്ഞാശക്തിയും ഒന്നുകൊണ്ടു മാത്രമാണ് അതിനവർ തയ്യാറായത്. എന്നാൽ ഉത്തരേന്ത്യയിൽ നടക്കുന്ന തിരഞ്ഞെടുപ്പുകളിൽ ബൂത്തുകൾ പിടിച്ചെടുക്കുന്നതിനും ജനങ്ങളെ ഭീഷണിപ്പെടുത്തി തങ്ങൾക്കിഷ്ടമുള്ളവർക്ക് വോട്ടു ചെയ്യിക്കുന്നതിനും വ്യക്തിവൈരാഗ്യം തീർക്കുന്നതിനും മറ്റുമായി ബൂർഷ്വാരാഷ്ട്രീയപാർട്ടികൾ ചമ്പലിലെ കൊള്ളക്കാരെ പ്രോത്സാഹിപ്പിക്കുന്ന സ്ഥിതിവിശേഷം ഇപ്പോഴും തുടരുന്നുണ്ട്. അതിന്റെ ഫലമായി കൊള്ളക്കാർ ചമ്പൽ താഴ്‌വരയിൽനിന്ന് ഉത്തരേന്ത്യയിലാകമാനം വ്യാപിച്ചുകഴിഞ്ഞിട്ടുണ്ട്.

അഴിമതിക്കെതിരായ ജനകീയപ്രക്ഷോഭം

1972 ൽ ബാംഗ്ലൂരിൽ ചേർന്ന സർവ്വോദയസമ്മേളനത്തിൽ നൈതികമൂല്യങ്ങളിൽ അധിഷ്ഠിതമായതും കക്ഷിരാഷ്ട്രീയത്തിന് അതീതവുമായ ഒരു മഹാപ്രസ്ഥാനത്തിന്റെ ആവശ്യകത ജെ പി ഊന്നിപ്പറഞ്ഞു. അഴിമതിക്കും സ്വജനപക്ഷപാതത്തിനും എതിരായി 1974 ൽ ഗുജറാത്ത്, ബീഹാർ എന്നീ സംസ്ഥാനങ്ങളിൽ ആരംഭിച്ച നവനിർമ്മാണസമിതിക്കും ഛാത്രസംഘർഷസമിതിക്കും ശക്തമായ പിന്തുണയുമായി ജെ പി രംഗത്ത് വരികയും ഒരു കൊടുങ്കാറ്റായി ആ പ്രക്ഷോഭം ബീഹാറിൽ ആഞ്ഞടിക്കുകയും ചെയ്തു. ജെ പിയുടെ നേതൃത്വത്തിൽ ഇന്ദിരാഗാ

ന്ധിയുടെ സ്വേച്ഛാഭരണത്തിനെതിരായി ഉത്തരേന്ത്യൻ സംസ്ഥാനങ്ങളിലാകെ ഈ പ്രക്ഷോഭം പടർന്നുപിടിച്ചു. ഗുജറാത്ത് അസംബ്ലിയിലേക്ക് നടന്ന തിരഞ്ഞെടുപ്പിൽ കോൺഗ്രസ് പരാജയപ്പെട്ടു. ജനങ്ങൾ ഏതു ദിശയിലാണ് ചിന്തിക്കുന്നത് എന്നതിന്റെ സൂചനയായി ഈ തിരഞ്ഞെടുപ്പ് ഫലം വിലയിരുത്തപ്പെട്ടു.

രാഷ്ട്രീയരംഗത്തേക്ക് സജീവമായി തിരിച്ചുവരുന്നു

1970 കളുടെ മദ്ധ്യത്തോടെ ഒരു കൊടുങ്കാറ്റുപോലെ ജയപ്രകാശ് പൊതുരംഗത്തും രാഷ്ട്രീയ രംഗത്തും തിരിച്ചെത്തുകയും അഴിമതിക്കെതിരായും പൗരസ്വാതന്ത്ര്യങ്ങൾ സംരക്ഷിക്കുന്നതിന് വേണ്ടിയും വമ്പിച്ച ജനകീയ സമരങ്ങൾക്ക് നേതൃത്വം കൊടുക്കുകയും ചെയ്തു. ധാർമ്മിക മൂല്യങ്ങളിൽ അധിഷ്ഠിതമായ ഒരു സമൂഹം കെട്ടിപ്പടുക്കുന്നതിന് പ്രതിജ്ഞാബദ്ധനായ ജെ പി ഇന്ത്യൻ ജനതയുടെ മനസാക്ഷിയുടെ നാവായും പ്രതിരോധത്തിന്റെ പടച്ചട്ടയായും മാറുകയായിരുന്നു. ഒരു മൂല്യാധിഷ്ഠിത സമൂഹം കെട്ടിപ്പടുക്കുന്നതിന് ജെ പി നേതൃത്വം കൊടുത്ത ജനകീയ സമരങ്ങൾ ഇന്ത്യയിൽ ആഭ്യന്തര അടിയന്തരാവസ്ഥയ്ക്കുള്ള രാസത്വരകമായി മാറിയത് ചരിത്രം.

അടിയന്തരാവസ്ഥക്കെതിരായ പോരാട്ടം

1975 ജൂൺ 12 ന് അലഹബാദ് ഹൈക്കോടതി പ്രധാനമന്ത്രി ഇന്ദിരാഗാന്ധിയുടെ ഉത്തരപ്രദേശിലെ റായ്ബറേലി ലോക്സഭാ നിയോജകമണ്ഡലത്തിൽ നിന്നുള്ള തിരഞ്ഞെടുപ്പ് അസാധുവാക്കി വിധി പുറപ്പെടുവിച്ചു. എതിർസ്ഥാനാർത്ഥിയായിരുന്ന രാജ്നാരായണന്റെ തിരഞ്ഞെടുപ്പ് ഹർജിയെ തുടർന്നാണിത്. ഈ വിധി ഇന്ത്യൻ രാഷ്ട്രീയത്തിൽ വലിയ കോളിളക്കം സൃഷ്ടിച്ചു. ഹൈക്കോടതി വിധിക്കെതിരായി ഇന്ദിരാഗാന്ധി സമർപ്പിച്ച സ്റ്റേ ഹർജിയിൽ ജസ്റ്റിസ് കൃഷ്ണയ്യർ പുറപ്പെടുവിച്ച വിധിയുടെ സാരാംശം ഇതായിരുന്നു. നിരുപാധികസ്റ്റേ ഇല്ല; സ്റ്റേ സോപാധികം മാത്രം. പ്രധാനമന്ത്രിയായി തുടരാം; എന്നാൽ പാർലിമെന്റംഗത്വവും വോട്ടവകാശവും ഉണ്ടായിരിക്കില്ല. പാർലമെന്റംഗമെന്ന നിലയിൽ സഭാ നടപടികളിൽ പങ്കെടുക്കാൻ പാടില്ല. വോട്ട് ചെയ്തു കൂടാ; ശമ്പളം പറ്റാനും പാടില്ല. പ്രതിപക്ഷകക്ഷികളുടെ നേതൃത്വത്തിൽ ഡൽഹിയിലെ രാംലീലാ മൈതാനിയിൽ ലക്ഷക്കണക്കിന് ജനങ്ങൾ പങ്കെടുത്ത യോഗത്തിൽ കോടതിവിധിയുടെ അടിസ്ഥാനത്തിൽ ജെ പി പ്രധാനമന്ത്രിയുടെ രാജി ആവശ്യപ്പെട്ടു. അതിനായി പ്രതിപക്ഷകക്ഷികൾ ബഹുജനപ്രക്ഷോഭം ആരംഭിച്ചു. ഇന്ദിരാ സർക്കാരിന്റെ അധാർമ്മികമായ ഉത്തരവുകൾ അനുസരിക്കരുതെന്ന് സർക്കാർ ഉദ്യോഗസ്ഥരോട്

ജയപ്രകാശ് നാരായണൻ ആഹ്വാനം ചെയ്തു. കേന്ദ്രഭരണത്തിലുള്ള കോൺഗ്രസും ജയപ്രകാശിന്റെ നേതൃത്വത്തിൽ പ്രതിപക്ഷകക്ഷികളും പരസ്യമായി ഏറ്റുമുട്ടലിന്റെ പാതയിൽ മുന്നോട്ടുപോയി.

പ്രധാനമന്ത്രി ഇന്ദിരാഗാന്ധിയുടെ ഉപദേശപ്രകാരം 1975 ജൂൺ 25 ന് അർദ്ധരാത്രി രാഷ്ട്രപതി ഫക്രുദീൻ അലി അഹമ്മദ് ഭരണഘടനയുടെ 352-ാം വകുപ്പനസുരിച്ച് ആഭ്യന്തര അടിയന്തരാവസ്ഥ പ്രഖ്യാപിക്കുകയും ജെ പി, മൊറാർജി ദേശായ്, എ കെ ജി, ഇ എം എസ്, ജഗ്ജീവൻ റാം, എൽ കെ അദ്വാനി, വാജ്പേയ്, ചരൺസിങ് എന്നിവർ ഉൾപ്പെടെ ഉന്നതരായ ആയിരക്കണക്കിന് പ്രതിപക്ഷ നേതാക്കളെ കരുതൽ തടങ്കലിൽ അടയ്ക്കുകയും ചെയ്തു. പത്രങ്ങൾക്ക് സെൻസർഷിപ്പ് ഏർപ്പെടുത്തുകയും പൗരന്മാരുടെ മൗലികാവകാശങ്ങൾ റദ്ദാക്കുകയും ചെയ്തു. 1976 ൽ നടത്തേണ്ടിയിരുന്ന ലോക്സഭാ തിരഞ്ഞെടുപ്പ് മാറ്റിവച്ചു. ജയിലിൽവച്ച് ഹൃദ്രോഗബാധയും വൃക്കത്തകരാറും ഉണ്ടായതിനെത്തുടർന്ന് അവശനായ ജെ പിയെ ചികിത്സിക്കാനായി ബോംബെയിൽ കൊണ്ടുവന്നു. പിന്നീട് അദ്ദേഹത്തെ ജയിലിൽനിന്ന് വിട്ടയച്ചു. എന്നാൽ അനാരോഗ്യം നിരന്തരം വേട്ടയാടാൻ തുടങ്ങിയിരുന്നു.

ജനതാ സർക്കാരും അന്ത്യനാളുകളും

1977 ജനുവരി 18 ന് ഇന്ദിരാഗാന്ധി ലോക്സഭ പിരിച്ചുവിട്ട് പുതിയ തിരഞ്ഞെടുപ്പ് പ്രഖ്യാപിച്ചപ്പോൾ സി പി ഐ (എം) ഒഴികെയുള്ള ഇന്ത്യയിലെ പ്രതിപക്ഷകക്ഷികൾ ജെ പിയുടെ നേതൃത്വത്തിൽ ജനതാപാർട്ടി രൂപീകരിച്ചു. സി പി ഐ (എം) ജെ പിയുടെ പ്രസ്ഥാനത്തിന് സ്വതന്ത്രവും വിമർശനാത്മകവുമായ പിന്തുണ നല്കി. അനാരോഗ്യം അവഗണിച്ചുകൊണ്ട് ജെ പി തിരഞ്ഞെടുപ്പുപ്രവർത്തനങ്ങളിൽ സജീവമായി. 1977 ഫെബ്രുവരിയിൽ ജെ പി ഒരിക്കൽക്കൂടി ഡൽഹിയിലെ രാംലീലാ മൈതാനിയിൽ ലക്ഷക്കണക്കിന് ആളുകൾ പങ്കെടുത്ത സമ്മേളനത്തെ അഭിസംബോധന ചെയ്തു. തന്റെ പ്രസംഗത്തിൽ ഇന്ത്യയിൽ ഏകാധിപത്യവും ജനാധിപത്യവും തമ്മിലുള്ള പോരാട്ടത്തിൽ ജനാധിപത്യം വിജയിക്കേണ്ടതിന്റെ അനിവാര്യത ഊന്നിപ്പറഞ്ഞു. 1977 മാർച്ചിന് നടന്ന ലോകസഭാ തിരഞ്ഞെടുപ്പിൽ റായ്ബറേലി നിയോജക മണ്ഡലത്തിൽ ഇന്ദിരാഗാന്ധി തോല്ക്കുകയും ജനതാസർക്കാർ അധികാരത്തിൽ വരികയും ചെയ്തു. മാർച്ച് 24-ാം തീയതി മൊറാർജി ദേശായി ഇന്ത്യയുടെ പ്രധാനമന്ത്രിയായി ചുമതലയേറ്റു. ജനാധിപത്യസ്വാതന്ത്ര്യം പുനഃസ്ഥാപിക്കുകയും പത്രങ്ങളുടെ മേലുള്ള നിയന്ത്രണം എടുത്തുമാറ്റുകയും ചെയ്തു. എന്നാൽ ജനതാ പാർട്ടിയിലെ വിവിധകക്ഷികളുടെ നേതാക്കളെ ഒരുമിച്ച് നിർത്തുന്നത് ദുഷ്കരമായിരുന്നു. അധികാരവടംവലിയിൽ

മൊറാർജി ദേശായ് സ്ഥാനമൊഴിയുകയും 1979 ജൂലൈ 28-ാം തീയതി ചരൺസിങ് പ്രധാനമന്ത്രിയാവുകയും ചെയ്തു.കോൺഗ്രസ് പിന്തുണ പിൻവലിച്ചതോടെ ചരൺസിങ് രാജിവച്ചു. ജനതാപാർട്ടിയുടെ തകർച്ച ജെ പിയുടെ സ്വപ്നങ്ങൾ തകർത്തു. എങ്കിലും അതു കാണേണ്ട ദുര്യോഗം അദ്ദേഹത്തിനുണ്ടായില്ല. രോഗം മൂർച്ഛിച്ചതിനെ തുടർന്ന് 1979 ഒക്ടോബർ 8 ന് ജെ പി അന്തരിച്ചു. രാഷ്ട്രത്തിന് താങ്ങാനാവാത്ത നഷ്ടമാണ് അദ്ദേഹത്തിന്റെ വിയോഗത്തിലൂടെ സംഭവിച്ചത്. 1998 ൽ കേന്ദ്ര സർക്കാർ മരണാനന്തര പരമോന്നത സിവിലിയൻ പുരസ്കാരമായ 'ഭാരതരത്നം' നല്കി അദ്ദേഹത്തെ ആദരിച്ചു. മാനവിക സോഷ്യലിസ്റ്റ് മൂല്യങ്ങൾ ഉയർത്തിപ്പിടിച്ച് പൊതുജീവിതത്തിന് പുതിയ അർത്ഥതലങ്ങൾ നല്കിയ ജെ പി 'ലോക്നായക്' അഥവാ 'ജനങ്ങളുടെ നേതാവ്' എന്നാണ് അറിയപ്പെടുന്നത്.

ഗ്രന്ഥസൂചി

അബ്ദുറഹ്മാൻ കെ, 1994 ചരിത്ര പഠനത്തിന് ഒരു ആമുഖം, കേരള ഭാഷാ ഇൻസ്റ്റിറ്റ്യൂട്ട് തിരുവനന്തപുരം

ബലറാം, എൻ ഇ, 2010, കേരളത്തിലെ കമ്യൂണിസ്റ്റ് പ്രസ്ഥാനം, പ്രഭാത് ബുക്ക് ഹൗസ്, തിരുവനന്തപുരം

ഭാസ്കരൻ സി 2002, ഇന്ത്യൻ കമ്യൂണിസ്റ്റ് പ്രസ്ഥാനം ആദ്യ പഥികർ, ചിന്ത പബ്ലിഷേഴ്സ് തിരുവനന്തപുരം

ദാമോദരൻ കെ, 1986 ഇന്ത്യയുടെ ആത്മാവ്, പുസ്തക പ്രസാധക സംഘം, കോട്ടയം

ഇർഫാൻ ഹബീബ്, മാർക്സിസവും ഇന്ത്യാ ചരിത്ര രചനയും, ചിന്ത പബ്ലിഷേഴ്സ് തിരുവനന്തപുരം

ഇ എം ശങ്കരൻ നമ്പൂതിരിപ്പാട്, 1986, ഇന്ത്യൻ സ്വാതന്ത്ര്യ സമര ചരിത്രം, ചിന്ത പബ്ലിഷേഴ്സ്, തിരുവനന്തപുരം.

ഇ എം ശങ്കരൻ നമ്പൂതിരിപ്പാട് 2008, കേരള ചരിത്രം മാർക്സിസ്റ്റ് വീക്ഷണത്തിൽ, ചിന്ത പബ്ലിഷേഴ്സ്, തിരുവനന്തപുരം.

ഇ എം ശങ്കരൻ നമ്പൂതിരിപ്പാട്, 2011, ആത്മകഥ, ചിന്ത പബ്ലിഷേഴ്സ്, തിരുവനന്തപുരം

ഇ എം ശങ്കരൻ നമ്പൂതിരിപ്പാട്, 2008 കേരളത്തിലെ കമ്യൂണിസ്റ്റ് പ്രസ്ഥാനം ഉത്ഭവവും വളർച്ചയും, ചിന്ത പബ്ലിഷേഴ്സ്, തിരുവനന്തപുരം

ഇ എം ശങ്കരൻ നമ്പൂതിരിപ്പാട് 1977, ഗാന്ധിയും ഗാന്ധിസവും ചിന്ത പബ്ലിഷേഴ്സ് തിരുവനന്തപുരം

ഗോവിന്ദപ്പിള്ള പി, 2010 കേരള നവോത്ഥാനം, യുഗസന്തതികൾ യുഗ ശില്പികൾ, ചിന്ത പബ്ലിഷേഴ്സ്, തിരുവനന്തപുരം

മാധവൻ വി കെ, 2009, ജയപ്രകാശ് നാരായമൻ ഒരു വിശ്വപൗരൻ, മാതൃഭൂമി ബുക്സ്, കോഴിക്കോട്

വാരിയർ പി എ& ഡോ. വേലായുധൻ നായർ കെ, 2010, ഇന്ത്യൻ സ്വാതന്ത്ര്യസമരം നാഷണൽ കോൺഗ്രസിന്റെ നേതൃത്വത്തിൽ ഡി സി ബുക്സ്, കോട്ടയം.

സത്യാർത്ഥി എം എൻ, () സുഭാഷ് ചന്ദ്ര ബോസും വലതുപക്ഷ ഇന്ത്യൻ നേതൃത്വവും ചിന്ത പബ്ലിഷേഴ്സ്, തിരുവനന്തപുരം

ഡോ. ഇ ഐ വാരിയർ (2011) സ്വാതന്ത്ര്യത്തിലേക്ക് നയിച്ച ആചാര്യന്മാർ കേരള ഭാഷാ ഇൻസ്റ്റിറ്റ്യൂട്ട്, തിരുവനന്തപുരം

സദീശ് ദേശ് പാണ്ഡെ (2014) സമകാലിക ഇന്ത്യ, ഒരു സാമൂഹ്യ ശാസ്ത്രവീക്ഷണം, കേരള ശാസ്ത്രസാഹിത്യ പരിഷത്ത്, തൃശൂർ

പി ഹരീന്ദ്രനാഥ് (2015) ഇന്ത്യ ഇരുളും വെളിച്ചവും എം സി അപ്പുണ്ണി നമ്പ്യാർ ട്രസ്റ്റ് കോഴിക്കോട്

സമദ് മങ്കട ഇന്ത്യൻ നാഷണൽ കോൺഗ്രസ് നൂറ്റാണ്ടുകളിലൂടെ (2010) മാതൃഭൂമി ബുക്സ്, കോഴിക്കോട്

ബിപിൻ ചന്ദ്ര (1989) ആധുനിക ഇന്ത്യയിൽ നാഷണലിസവും കൊളോണിയലിസവും ഓറിയന്റ് ലോങ്മെൻ

ഡോ. കെ കെ എൻ കുറുപ്പ് (2012) ക്വിറ്റിന്ത്യാ സമരവും കേരളവും കേരളഭാഷാ ഇൻസ്റ്റിറ്റ്യൂട്ട് തിരുവനന്തപുരം

ലാരി കോളിൻസ്, ഡൊമിനിക് ലാപിയർ (2002) സ്വാതന്ത്ര്യം അർദ്ധരാത്രിയിൽ, ഡി സി ബുക്സ് കോട്ടയം.

A K Gopalan (1976) In the cause of the people, Sangam Books. Madras

Simran(2013) Bhagat Singh Personalities of India, Diamond books, New Delhi.

Bipan Chandra (1989) Indian Struggle for independence Penguine Books London

Dr. Bhavan Singh Rana, (2004), Chandra Shekhar Azad, Diamond Books, New Delhi

Jawaharlal Nehru (1980). An Autobiography, Oxford University press.

Lt. Mauwati Arya, (2008). Patriot and the Unique Indian Leader Netaji Subhash Chandran Bose; India Bookwarasity, Lotus Press, New Delhi.

Pattabhi Sita Ramayya (1948) The History of the Indian National Congress. Bombay.

Illustrated biography of Lokmanya Bal gangadhara Tilak 2004 RBC International Delhi

Sri. Arobindo Ashram Pablication Dept (1983) Sri. Arobindo and his Ashram, Pandichiery

Simvan (2013) Sri. Auvobindo great personalities of India Diamond books New Delhi

Illustrated Biography of Lala Lajpat Rai (2004) RBC International Delhi.